கரந்தையாரின் கவியமுது

சு. ரமேஷ்

ISBN 979-8-89066-883-7

காணிக்கை

சுதா ரமேஷ்

தோற்றம்	மறைவு
09.01.1963	27.04.2021

பொருளடக்கம்

கரந்தையாரின் கவியமுது
(18 கவிதைகள்)

கவி அமுதுக்கு வாழ்த்து

"கலைமாமணி"
நெல்லை ஆ. சுப்பிரமணியன்

இசை இயக்குநர்
6/10, 2வது தெரு ராம்நகர்,
கருமண்டபம்,
திருச்சி – 620001.

"அமுதும் தேனும் எதற்கு?" என்று பாட வைத்தார் உவமைக் கவிஞர். "கவியமுது" இருக்கையில் இனிக்கும் நூல் வேறு வேண்டுமோ!

பதினெட்டு படிகள் போல 18 பத்திகளைக் கொண்ட கவிமாமணி கரந்தை வை. சுந்தரம் அவர்களின் கவிக்கதம்பம், கலையரசிக்கு அற்புதமாக அலங்கரித்த எழில் அணிகலன்களே!

> நற்றமிழ் ஞானச் சொற்கள் நல் முத்துக்களாக ஒளர்கின்றன!
>
> ஆழப்பதிந்த சொல்லாமுது அடுக்குகள்..
>
> "மண்ணொருநாள் பொன்னாகும் முருகா!
>
> மாசில்லா மழைத்துளியும் நல்முத்தாகும் – மென்
>
> மலர்சார் மது நீரும் தேனாகும்.

வழக்கறிஞர் உயர்திரு இராசவேலர் அவர்களுடன் எனது தந்தையார் இணைந்தது போல இராச. இளங்கோவன் அவர்களது நட்பு இறையருளால் கிடைக்கப் பெற்றேன் என்று மனங்குளிரக் கூறும் கரந்தை தெய்வீகக் கவிவாணரின் மைந்தர் சு. ரமேஷ் அவர்கள் செண்பகத் தமிழ் அரங்குக்கு ஓர் கிரீடமாக அமைந்தது செண்பகத் தாயின் பேரருளே!

விண்ணக மாந்தரும் மண்ணக மாந்தரும் போற்றுமாறு வாழ்வாங்கு வாழ்ந்து வானில் கலந்த முத்தமிழ்ப் பொழில் கரந்தை ஆசுகவியை நாமும் வாழ்த்துவோம்.

தன்னிகரில்லாத் தமிழ் போல் பார் புகழ் நின் நாமம் வாழ்க! வாழ்க!!

நல்வாழ்த்துக்களுடன்.

செண்பகக் குடும்பத்தோடு ஒன்றிய
நெல்லை ஆ. சுப்பிரமணியன்

வாழ்த்துரை

முனைவர் ப. சுப்பிரமணியன்   தமிழ் பேராசிரியர் (ப.நி.)
பெரியார் ஈ.வெ.ரா கல்லூரி
திருச்சி – 620001.

இஞ்சி சூழ் தஞ்சையின் ஒரு பகுதியாக விளங்குவது கரந்தை என்றழைக்கப்படும் கரந்தட்டான்குடி. நூறாண்டுகளுக்கு மேலாகத் தண்டமிழ்ப் பயிர் வளர்த்து வரும் கரந்தைத் தமிழ்ச் சங்கம் இவ்வூருக்குப் புகழ் சேர்ப்பதாகும். இக்கரந்தை மண்ணின் மைந்தர் கவிஞர் வை. சுந்தரம் ஒரு கவிக்குயிலாக விளங்குவது வியப்பில்லையன்றோ? சிந்தனைக்கினிய, செவிக்கினிய, வாய்க்கினிய கவிதைகளைத் தமிழ் கூறு நல்லுலகிற்கு வழங்கியுள்ள இக்கவிஞர் பிரானின் புகழுக்கு என்றும் அழிவில்லை. என்று உறுதியாகக் கூறலாம்.

சுந்தரம் என்றால் அழகு என்று பொருள், இவர் புற அழகோடு அக அழகும் நிரம்பப் பெற்றவர் என்பதற்கு இவரின் சிந்தனையினின்று முகிழ்த்த எழுத்துக்களே சான்றாக அமைவன. கவிஞர் சுந்தரம் தீந்தமிழின் தீராக் காதலர் ஆதலை அவரின் இறவாத இலக்கியத் தொடர்களே எடுத்துக்காட்டாய் அமைவன.

> "நாடும் மொழியும் நம்மினும் மேலாம்"
>
> "செவ்வாய்க் கோளில் சென்று தமிழ் பதிப்போம்".
>
> என்பவை இப்பெருமகனின் தணிடமிழ்த் தொடர்கள்.

இதனால் இச்சான்றோர் தமிழ்த்தாய் ஈன்ற தலை மக்கள் வரிசையில் இடம்பெறும் பேற்றினைப் பெற்றுள்ளார் என்று உறுதிபடக் கூறலாம்.

மனிதன் எத்தகைய வாழ்வு வாழ வேண்டும்? இவ்வினாவிற்குக் கவிஞர் தரும் விடை இவர் சமுதாயத்தின்மீது கொண்டுள்ள அக்கறையை புலப்படுத்தும். மனிதன் வாழ்வின் சகல அம்சங்களையும

கருத்திற்கொண்டு சாத்மீக வாழ்வை ஏற்று "தான்" என்னும் ஆணவம் நீங்கி, பொறாமை தன்னலம் பேராசை போன்ற கொடிய எண்ணங்களுக்கு ஆளாகாமல் உருவாகவும், கருவாகவும், உயிராகவும், உணர்வாகவும், சகல சக்திகளாகவும் விளங்குகின்ற தேவனை எண்ணி சத்தியம் தவறாமல் வாழ வேண்டும் என்பது இம்மாமனிதரின் வேண்டுகோளாம்.

'நமக்குத் தொழில் கவிதை' என்றும் "வல்லமைதாராயோ இந்த மாநிலம் பயனுற வாழ்வதற்கே' என்றும் பாடினார் பாரதி. அப்பாரதி வழியில் நம் கரந்தைக் கவிஞர்

> இத்தகு நற்கவி எழுதிட இறைவா
> எனக்கு நின் இன்னருள் வேண்டும்
> முத்தமிழ் ஒலித்திடும் நிலமெலாம் என்கவி
> முழங்குதல் செய்திடல் வேண்டும்.
> புத்தகம் போலென் வாழ்க்கையும் பிறர்க்கும்
> பொழுதெலாம் பயன்படல் வேண்டும்
> சத்தமும் மூச்சும் ஓயிடும் வரையில்
> சரித்திரம் தொடர்ந்திடல் வேண்டும்.
> என்னுதம் உள்ளக்கருத்தை உரக்க ஒலிக்கிறார்.

சுந்தரக் கவி அமுதினை அள்ளி வழங்கி அற வாழ்வு வாழ்ந்த சுந்தரனாரின் நீடுபுகழ் நிலை பெற்று வாழ்க! தந்தையின் சிந்தனைக் கருவூலங்களை அழியா ஆவணமாக்கும். அருமை மைந்தர் வசை சிறிதில்லா இசைமேந்தோன்றல் சு. ரமேஷ் அவர்கள் உளநலத்தோடும் உடல் நலத்தோடும். நீடூழி வாழ்க.

அன்புடன்
ப. சுப்பிரமணியன்

வாழ்த்துரை

முனைவர் அ. கோபிநாத்

இணைப் பேராசிரியர்
தமிழாய்வுத்துறை
பிஷப் ஹீபர் கல்லூரி
திருச்சி – 620 017.

செம்மொழியான நம் தமிழ் மொழிக்கு தஞ்சை மண் செய்துள்ள தொண்டுகள் மகத்தானவை. கடந்த காலத்தில் அந்நியர் ஆட்சியின் போதும், தற்போதும் இடையறாது தமிழ்ப் பணி செய்து வருகின்ற திருவாவடுதுறை, தருமபுரம், திருப்பனந்தாள் போன்ற சைவ ஆதீனங்களும் தஞ்சை மண்ணில் தோன்றியவையே ஆகும். தமிழ்த்தாத்தா டாக்டர் உ.வே. சாமிநாதைய்யர், தமிழ்வேள் உமாமகேசுவரனார், கரந்தை கவியரசு வெங்கடாசலம் பிள்ளை போன்ற எண்ணற்ற தமிழறிஞர்களை ஈன்றெடுத்த பெருமையும் தஞ்சை மண்ணுக்குண்டு. அத்தகைய தஞ்சை மண்ணில் அண்மைக் காலத்தில் வாழ்ந்து தமிழ்த் தொண்டு செய்த பெருந்தகை கரந்தைக் கவிஞர் திரு.வை. சுந்தரம் ஆவார்.

பொதுப்பணித்துறையில் சிறப்பாகப் பணி புரிந்து வந்தவர் கவிஞர் திரு. கரந்தை வை. சுந்தரம் அவர்கள் அவர், பணிவு நிறைவு பெற்ற பின் 'நாடும் மொழியும் நம்மினும் மேலாம்' என்னும் உயர்ந்த குறிக்கோளோடு தமிழில் கவிதை இயற்றுதல், ஆன்மீக் கட்டுரை எழுதுதல் போன்ற பணிகளில் தம்மை ஈடுபடுத்திக் கொண்டார். சுருங்கக் கூறினால்

> "இருந்தமிழே உன்னால் இருந்தேன் இமையோர்
>
> விருந்தமிழ்தம் என்றாலும் வேண்டேன்."

என்னும் தமிழ் விடு தூதின் கருத்திற்கிசைய முழு நேரத் தமிழ்த் தொண்டனாகத் தம்மை மாற்றிக் கொண்டவர். அவரது மறைவிற்குப் பிறகு கையெழுத்துப் பிரதியில் இருந்த அன்னாரின்

கவிதைகளை எல்லாம் தொகுத்து அச்சு வாகனத்தில் ஏற்றி, அகிலம் முழுவதும் அறிந்திடச் செய்யும் பணியை அவர்தம் திருமகனார் திரு. சு. ரமேஷ் அவர்கள் மேற்கொண்டுள்ளார். அவரது உழைப்பின் வெற்றியே உங்கள் கண்முன் "கந்தையாரின் கவியமுது" என்னும் கவிதைத் தொகுப்பாக மிளிர்கின்றது.

> "மகன் தந்தைக் காற்றும் உதவி இவன் தந்தை
>
> எந்நோற்றான் கொல் எனும் சொல்."

என்ற குறளுக்கேற்பத் திகழும் திரு. சு. ரமேஷ் அவர்களைப் பெரிதும் பாராட்டுகின்றேன், வாழ்த்துகின்றேன். அவையகத்து முந்தியிருக்கச் செய்த தந்தையின் தமிழ்த் தொண்டை அனைவரும் அறிய வேண்டுமென்ற நோக்கில் மிகுந்த பொருட்செலவில் இந்தக்கவிதை நூலினைப் பதிப்பித்துள்ளார் தமிழன்பர்கள் இந்நூலுக்குத் தங்கள் வரவேற்பையும் ஆதரவையும் என்றென்றும் வழங்குவார்கள் என்பதில் ஐயமில்லை!

இனிய வாழ்த்துக்கள்.

அன்புடன்
அ. கோபிநாத்

கரந்தையார் வாழ்கிறார்!

இராச. இளங்கோவன்
பொறுப்பாளர்

இராசவேலர்
செண்பகத் தமிழ் அரங்கு
18/102, காந்தி சாலை, திருவரங்கம்
திருச்சி – 620 006.

திருவரங்கம் என்றவுடனே அரங்கநாதப் பெருமாள் நம் நினைவிற்கு வந்து உள்ளத்தால் வணங்கி மகிழ்வோம். அப்படி செண்பகம் என்றாலே, திருவரங்கத்தில் எம் தாயார் நினைவாக எம் தந்தையார் தொடங்கிய செண்பகத் தமிழ் அரங்கு நினைவிற்கு வரும்.

செண்பகத் தமிழ் அரங்கு தொடங்கிய சிறிது காலத்திற்குப் பிறகு தம் தமிழ் ஆர்வத்திற்கோர் வடிகால் வேண்டி அரங்கத்தோடு தம்மை இணைத்துக் கொண்டு கவிதைகள் பலவற்றை பாடி மகிழ்ந்ததோடு அரங்கத்தினரையும் மகிழ்வித்தார் கவிஞர் திரு. கரந்தை வை. சுந்தரம் அவர்கள்.

கரந்தையார் இம்மண்ணை விட்டு மறைந்தாலும் விருப்பத்தோடு அவர் எழுதிய கவிதை வாயிலாக அவர் வாழ்வாங்கு வாழவேண்டும் என்று விரும்பிய அவரது அன்பு மகனார் திரு. சு. ரமேஷ் அவர்கள் தம் தந்தையாரின் கவிதைகளை நூலாக்கி அதை வெளியிடும் பணியை மேற்கொண்டுள்ளார்.

"இந்நூலில் 18 கவிதைகள் இடம் பெற்றுள்ளன. கவிதைகள் யாவும் கவியமுதம் என்பது முற்றிலும் உண்மையே!

இக்கவிதைகளின் வாயிலாக தம் தந்தையார் வாழ்ந்து வருவதாக எண்ணி மகிழும் அவரது அன்பு மகனார் சு. ரமேஷ் அவர்களை நாம் நெஞ்சார வாழ்த்தி மகிழ்வோம்.

நன்றி!

அன்புடன்
இராச. இளங்கோவன்

கரந்தையாரைப் பற்றி.....

கவிக்குயில் கரந்தை வை.சுந்தரம் அவர்கள் 1930-ஆம் ஆண்டு ஆகஸ்ட் மாதம் தமிழ்நாடு தஞ்சாவூர் மாவட்டம் அருகில் உள்ள கரந்தட்டாங்குடி என்ற ஊரில் பிறந்தார். அவர் பிறந்து ஓரிரு வருடங்களில் தந்தையாரை இழந்தார். ஆகவே தாயாரால் மிகவும் வறுமையில் வளர்க்கப் பட்டார்.

கவிக்குயில் கரந்தை வை.சுந்தரம் அவர்கள் மிகவும் சிரமத்தில் பள்ளிப் படிப்பை முடித்தவுடன் சில நல்லவர்களின் உதவியால் பொதுப்பணித்துறையில் வேலைக்கு அமர்ந்தார். வேலையில் அமர்ந்து ஓரிரு மாதத்திற்குள் தன்னுடைய உயிரினும் மேலான தாயாரை இழந்தார்.

தன்னுடைய தாயாரை இழந்த சோகத்தில் சுவாமிமலை முருகன் சந்நிதியில் தாரை தாரையாக கண்ணீர் வடித்துக் கொண்டிருந்தார். அப்பொழுது அவரையும் அறியாமல், முருகன் அருளால் அவர் மேல் பாட ஆரம்பித்தார். இதை தெய்வீக அருள்தான் என்று தான் சொல்ல வேண்டும்.

அதன்பிறகு சிறுக சிறுக தமிழ் பற்று ஏற்பட்டு, தமிழ்க் கவிதைகளை இயற்றத் தொடங்கினார். பல ஆன்மீக கட்டுரைகளையும் எழுதத் தொடங்கினார். தமிழ்த் தொண்டில் சிறுக சிறுக தன்னை ஈடுபடுத்திக் கொண்டார்.

இதற்கிடையில் 1958-ஆம் வருடம் **ஸ்ரீமதி லெக்ஷ்மி** அவர்களை திருமணம் செய்து கொண்டு, இரண்டு மகன்களுக்கு (**ஸ்ரீ ரமேஷ், ஸ்ரீ சுரேஷ்)** தந்தையானார். பொதுப்பணித்துறையில் பலரும் பாராட்டும்படி மிகவும் சிறப்பாக பணியாற்றி 1988-ஆம் ஆண்டு பணியிலிருந்து ஓய்வு பெற்றார்.

அதன் பிறகு தன்னை தமிழுக்கு முழுவதும் அர்ப்பணித்துக் கொண்டார். அவருடைய தமிழ்ச் சேவையைப் பாராட்டி அவருக்கு **கவிக்குயில்** என்ற பட்டம் வழங்கப்பட்டது. **ஜகத்குரு**

ஸ்ரீஸ்ரீ சங்கராச்சார்யார் மற்றும் மதுரை ஆதீனம் அவர்களும் கௌரவித்தனர்கள்.

மேடைப் பேச்சுக்கள், ஆன்மீக கட்டுரைகள், கவிதைகள் எழுதுவது, என தன்னை முழுவதுமாக தமிழுக்கு அர்ப்பணித்துக் கொண்டார். அதன் வரிசையில் செண்பகத் தமிழின் அரங்கின் பொறுப்பாளர் உயர்திரு. இராசவேலு ஐயா அவர்களின் அரிய நட்பு என் தந்தையாருக்கு கிடைத்தது. இருவரும் இணைந்து அயராது தமிழ் தொண்டு ஆற்றி வந்தனர். பல தமிழ் அறிஞர்கள் மத்தியில் தானும் போற்றபட வேண்டும் என்ற ஆசை நிறைய உண்டு.

மேலும் பாரதி ஆன்மீக இலக்கிய மன்றம், திருச்சியில் ஆஸ்தான கவிஞர் பொறுப்பில் இருந்தார். "பாரதி ஆன்மீக இலக்கிய மன்றம்" சார்பாக பல இடங்களில் சொற்பொழிவு ஆற்றியுள்ளார்.

கவிக்குயில் கரந்தை வை.சுந்தரம் அவர்கள் *"நாடும், மொழியும் நம்மினும் மேலாம்" "செவ்வாய் கோளில் சென்று தமிழ் பதிப்போம்"* என்ற கொள்கைகளை கடுமையாக பின்பற்றினார்.

இந்தியாவின் தலைநகர் டெல்லி தமிழ்ச் சங்கத்தில் சிறப்புரை ஆற்றிய பெருமையும் அவருக்கு உண்டு.

கடைசியாக 2006-ஆம் ஆண்டு செப்டம்பர் மாதம் உயிர் நீத்தார். அவருடைய மறைவுக்கு பல தமிழ் அறிஞர்கள் இரங்கல் தெரிவித்தனர்கள்.

கவிக்குயில் கரந்தை வை.சுந்தரம் அவர்களின் மூத்த மைந்தன் சு. ரமேஷ் அனைவருக்கும் என் வணக்கத்தை பணிவன்புடன் சமர்ப்பித்துக் கொள்கிறேன். 1959-ஆம் ஆண்டு பிறந்து தமிழ்நாடு திருச்சி மாவட்டத்தில் படிப்பை முடித்துக் கொண்டு, 1979 ஆம் ஆண்டு டெல்லி மாநகரத்தில் தொலைபேசி நிறுவனத்தில் வேலையில் சேர்ந்தேன். 1983-ஆம் ஆண்டு, சுதாவுடன் திருமணமாகி இரண்டு புதல்வர்களுக்கு (ஸ்ரீ மகேஷ், ஸ்ரீ ஸ்ரீகாந்த்) தந்தையானேன். பி. எஸ். என். எல் நிறுவனத்தில் இருந்து 2018-ஆம் ஆண்டு பணி ஓய்வு பெற்றேன். கடந்த 44 ஆண்டுகளாக டெல்லியில் வசித்து வருகிறேன்.

என் மனைவி "சுதா" கொரோனா இரண்டாம் அலையில் ஏப்ரல் மாதம் 27-ஆம் தேதி இறந்த பிறகு தற்சமயம் தமிழ் அறிஞர்களின் தொடர்பு ஏற்பட்டு எனது தந்தையாரின் தமிழ்ப் பணியை தொடர்ந்து கொண்டிருக்கின்றேன். இந்த முயற்சியில் இராசவேலு செண்பக தமிழ் அரங்கின் பொறுப்பாளர் உயர்திரு இராசா. இளங்கோ ஐயா அவர்களின் நட்பு கிடைக்கப் பெற்றேன். எனது தந்தையார் உயர்திரு இராசவேலு ஐயா அவர்களுடன் இணைந்து செயல்பட்டது போல் என்னை தமிழ்த் தொண்டில் இணைத்துக் கொள்ள உயர்திரு இராசா. இளங்கோ ஐயா அவர்களிடம் அன்பு வேண்டுகோள் விடுத்தேன். அவரும் என் அன்பு வேண்டுகோளை ஏற்றுக் கொண்டுள்ளார்.

"கரந்தையாரின் கவியமுது" எனும் தலைப்பில் என் தந்தையாரின் கவிதைகளை நாவல் வடிவில் தந்துள்ளேன் என் தந்தையாரின் புகழ் எப்பவும் இந்த மண்ணில் மறையாமல் இருக்க வேண்டும் என்ற நோக்கத்திலும், அவருக்கு கிடைத்த பெருமைகள் வீணாகி விடக்கூடாது என்ற ஆசையிலும் இந்த நாவலை வெளியிட்டுள்ளேன்.

என் தந்தையாருக்கு ஸ்ரீ ஸ்ரீ ஜெயேந்திர சரஸ்வதி சுவாமிகள் மற்றும் மதுரை ஆதீனம் அவர்கள் பரிசு கொடுத்து மிகவும் கௌரவப்படுத்தியுள்ளார்கள். அவர் வாங்கிய பரிசு போட்டோக்களையும் இந்த நாவலில் போட்டுள்ளேன். இந்நாவலை பலரும் படித்து மகிழ

வேண்டும், வாழ்க்கை தத்துவத்தை உணர வேண்டும் என்பதே என் அவா.

இந்நாவலுக்கு வாழ்த்துரைகள் வழங்கிய "*கலை மாமணி*" இசை இயக்குனருமான நெல்லை ஆ. சுப்பிரமணியன் அவர்களுக்கும், தமிழ் மாமணி முனைவர் ப. சுப்பிரமணியன் அவர்களுக்கும், தமிழ் பேராசிரியர் முனைவர் அ கோபிநாத் அவர்களுக்கும், திருவரங்கம் இராசவேலர் செண்பகத் தமிழ் அரங்கின் பொறுப்பாளர் திருவாளர் இராச இளங்கோவன் ஐயா அவர்களுக்கும், என் நெஞ்சம் நிறைந்த நன்றியினைத் தெரிவித்துக் கொள்கிறேன்.

நன்றி! வணக்கம்!!

தங்கள் அன்புக்குரிய

சு. ரமேஷ்

கரந்தையாரின் கவியமுது

(18 கவிதைகள்)

1. நாடும் மொழியும் நம்மினும் மேலாம்

பூதலம் பயனுற வாழவேண்டும் அஃது நிலைத்து நாளும்
    புகழுற அன்பும் அறனும் பெருக வேண்டும்.
யாதினும் சிறப்பெய்த கல்வியும் கலையும் வளர வேண்டும்!
    அகம் மகிழப் பண்பாடு ஊற்றெனப் பொங்க வேண்டும்!
வேதங்கள் ஒலிக்க வேண்டும் அம்மட்டோ? மாந்தர் தம்மின்
    விதித்துக் கொள்ளும் ஒழுங்கும் கட்டுப்பாடுமே
தீதற்ற சுதந்திரம் என்று முழங்கிய பாரதியே!
    திசையெட்டும் உன் புகழே ஒலிக்கக் கண்டோம்!!

என்னே ஆசை! பிறந்த மண்ணிலும், மொழியிலும் நீ
    ஏந்திய இதயத்து ஆசையெல்லாம் மலையென உயர
இன் தமிழில் புது உலகு காணக் கவிதைகளாய் பாடி
    நீடு துயில் மாந்தரையெழுப்பிய விந்தை உணர்ந்தோம்!
புன்னகை முகத்தினாய்! பூரித்த நெஞ்சினாய்! ஆர்க்கும்
    போர் வீரத்தால் விம்மியெழும் தோளினாய்! - உன்
நின்று துடிக்கும் வாள்மீசையும் நேரிய பார்வையும்
    நீங்காது எம் மனதில் புத்துணர்வு தருதல் கண்டோம்!

அவ்வையும் அகத்தியனும் வளர்த்த அத்தமிழை

ஆற்றல் மிகு கம்பனும் வள்ளுவனும் இளங்கோவும்

ஒவ்வியவாறு செழுமையேற்று - அவ்வரும் தமிழுக்கு

ஓங்கும் புகழ் சேர்த்த "கவி பாரதியே!" உன் தமிழை

புவியில் மட்டுமல்ல - அண்டவெளி பரந்து - ஆங்கே

பூத்திருக்கும் கோள்களெல்லாம் எதிரொலிக்க

செவ்வாய்க் கோளினில் தமிழ் பதிப்போம்! ஒலிப்போம்!

சூளுரைக்கின்றோம்! உன் ஆசையும் இதுவே! - கண்டோம்!!

மகாகவி பாரதியே! தியாகச்சுடரே! புத்துலகத் தோன்றலே!!

மாறாப் பற்றுடன் பொதுவுடைமை எங்கணும் காண்போம்!

யுகங்கள் நெய்தல் ஆம்பல் குவளை கமலமாய்

ஓயாது சுழல அற்புதம் நிகற்பதம் கணம் கற்பமென

புகலப் பதுமம் சங்கம் வெள்ளம் அந்நியமாய்

பூதலத்தைப் புரட்டினும் மத்தியம் பிரார்த்தம் என

நகர்ந்துப் புரியமதில் புரண்டு 'பிர கற்பத்தில்' சுழன்று பின்

நாங்கள் 'பரம்' காண்போம் என் பணி தொடரவே!

உலகினில் மனித நேயம் காப்போம் - உறுதி சொன்னோம்!

ஊற்றெனச் சிந்தனை பெருகிடும் உத்தமர்

பலர் நிறைந்து செந்தமிழ் முழங்கிடும் மேலச்சிந்தாமணி

"பாரதி ஆன்மீக இலக்கிய மன்றம்" ஆறினைக் கடந்து

நலமே ஏழாம் ஆண்டினை உவகை மிகக் காண்பதும் என்னே மாட்சி!

"நாடும் மொழியும் நம்மினும் மேலாம்" எனும் வைரமொழி

நிலமதில் எங்கணும் ஒலித்து மண் உயிர் எல்லாம்

நீடு வாழ "பராசக்தி" நல்லருள் பாலிக்கட்டும்! நன்றே!

* * *

2. அர்ச்சிக்கும் பாமலர்கள்

"வையமும் வாழ் உயிரும் நிலையில்லை அறிவேன் – என்
அய்யனே தோற்ற மெல்லாம் மெய்யில்லை உணர்ந்தேன்
செய் தவத்தால் நின்னடி சேர்வேன் நிலையுறுவேன்
வைத்தியநாதா பிறவிப் பிணியகல மருந்தென்ன? சொல்"

"நீ" யல்லால் நானோ?" யென் நினைவெல்லாம் நினதன்றோ?
நீராகும் நிணக்கூடுகள் ஒன்றி பிணியாய்ப் பிறவிகளின்
நீண்டபாதைப் பயணத்தால் நிலையின்றி அரற்றும் இவ்வுயிர் உய்தலும்
நீடூர் அருகுறை வைத்தீஸ்வரா! என்னாளோ? இயம்பு!"

இருக்கு மறையூறிய மண்ணின் உறைந்து நின் சடைமேவ - நாறா
எருக்கு மலரையும் இசைந்தே யேற்று அடியவரை - நாளும்
நெருக்குகின்ற துயரெல்லாம் அகற்றும் வைத்தீஸ்வரா - உன்மனம்
உருக்கியே யான் உய்ந்திட நீதரு மருந்துயாதோ? நன்றே உரை!"

ஆணும் பெண்ணும் ஒன்றே உயிரென்றும் – புலன்கள்
காணும் யாவும் பொய்மெய் உணர்வாய் என்று
தோணும் உன் உரு சொல்லா நிற்கும் பொருள் கண்டேன்!
வேணுமே மெய்யுரை "ஆன்மவிழி" அஃதே அருள்க! அர்த்தநாரீசுவரா!

என்பினை வாகாய் வைத்து. எண்ணிலா நரம்பின் தைத்து – உள்ளே
செங்குருதி பாங்காய்ச் சேர்த்து மென்தோலால் முழுதும் போர்த்தி மெல்ல
ஐம்பொறிகள் ஆங்கே நாட்டி - அவை ஆள அறிவைக் கூட்டி – மாறிடும்
ஒன்பது உணர்வுகள் இழையாய் ஒட்டி - இஃதே மெய்யென பெயரும் சூட்டி
இனம் காண உயிர்தனை இதனில் ஊட்டி - கொடும் பசியொடு

எழுப்பித்த பிறவிதனில்

இருவேறுபால் கூறு இட்டு - இவற்றிடை இன்பம்மீட்டி – நீ
இயற்றிய எண்காணாத் தோற்றங்கள் எத்தனை? எத்தனை? இவை
அழிவினில் ஆக்கம் காண, எழுச்சியில் மறைவும் பேண –

உன் ஆணையில்

இயங்கிடும் விந்தையும் என்னே! என்னே!! - ஈண்டு படைப்பதனில்
நான், எ(ன்)னும் குரலொலிக்கும் மானுடம் முதன்மையாக்கி – ஊடே
யானும் ஒருவனாகப் பணித்தனை! ஏன்? அந்தோ! யாதுமறியா

தரற்றுகின்றேன்!

காமத்திடை வீழ்ந்தேன்! பற்றினில் தோய்ந்தேன் – கடைத்தேற
ஏது வழியும் காண்கிலேன்! இன்றே உனையுணர்ந்தேன் –

வைத்தியநாதா!

தீயாய் தொடர் பிறவியில் இனியும் உழலேன் - உறுதிசொல்வேன்

நீ யில் நான் ஒன்றிடுவேன் - நின்னில் நிலை கொள்வேன்

வீறுகொண்டேன் விதியினை வெல்வேன்! உத்தாரம் தாராயோ கொல்!

* * *

3. யாரை நான் பாட...?

கருவறை தோன்றிக் குழந்தையாய்ப் பிறந்து காலத் தொடர்ச்சியின்
விளைவாய்
உருவரும் பெற்று வளர்ச்சியு மெய்தி உலவிடு மானிடச் சாதியுள்
ஒருபய நில்லாச் செயல்களை யெல்லா முயர்தமி ழினில்கவி யாக்கி
வீண் பெருமையும் கொண்டிடப் போவதும் மில்லை பெருமையு
மெனக்கதி லில்லை

கரத்தினைத் தளையிடும் விலங்கினை யொடித்துமே கணத்தினில்
பொடிப்பொடி யாக்கிடு
உரத்தினைக் கொண்ட ஒருவனும் இந்தமண் னுலகிடைத்
தோன்றிடுவானா
மரத்தினைப் போலே வெறுமனே நின்று மழை வெயிலெனப் பாராமல்
இருந்திடு மொருவனும் பிறந்தது மெதற்காம் ஏனவன் செயல்களைப்
பாட

ஆயினும் மானுடச் சாதியிலெங்கோ ஆயிரம் கோடியு ளொருவனாய்த்
தாயினும் மேலாம் தவிப்பொடு மக்கள் தாம்படு துயரமும் போக்கிட
ஓயுதலின்றி அவர்நலம் பேணி யுழைத்திடு மந்த ஒருவனை
வாயுரை யாக நற்கலி சொல்லி வாழ்த்தியே பாட்டினைத் தொடர்வேன்

திருவெலா மொருங்கே அமைவுறப் பெற்றும் தேவையே
யிலாத போழ்தும்
திருடரைப் போல்பிற ருழைப்பினைச் சுரண்டிடும் தீயரைத்
துணிந்தெதிர் கொண்டே

உரத்துட னுழைப்பவ ருரிமைகள் காத்திட உயிரையும்
பணயமாய் வைத்திடும்
திருமக னொருவனைக் கவிதையில் பிரசவம் செய்துமே
பார்த்திடத் துடிக்கிறேன்.

பெண்மையைப் போற்றி மதிக்குமிந் நாட்டின் பெண்களைச்
சிறுமையும் செய்தே
கண்ணினும் மேலாய்க் கருதிடு மவர்தமைக் கடைச்சரக்
கெனவிலை பேசி
எண்ணிலாக் கொடுமை களிழைத்திடும் கொடியரே இலையென்
றாக்கிவிடும் வரையிலும்
கண்ணுறங் கேனெனப் புயலெனச் சீறிடும் காளையைக் கவியினில்
காண்பேன்.

இத்தகு நற்கவி யெழுதிட இறைவா எனக்குநின் னின்னரருள் வேண்டும்
முத்தமி ழொலித்திடும் நிலமெலா மென் கவி முழங்குதல் செய்திடல்
வேண்டும்
புத்தகம் போலென் வாழ்க்கையும் பிறர்க்குப் பொழுதெலாம் பயன்படல்
வேண்டும்
சத்தமும் மூச்சு மோய்த்திடும் வரையில் சரித்திரம் தொடர்ந்திடல்
வேண்டும்

✳ ✳ ✳

4. உ.வே. சாமிநாத அய்யர் (தமிழ் தாத்தா)

செம்பரிதி ஒளிபெற்றான் பைந்நறவு

சுவைபெற்றுத் திகழ்ந்தது ஆங்கண்

உம்பரெலாம் இறவாமை பெற்றனரென்று

எவரேகொல் உவத்தல் செய்வார்?

கும்பமுனி யெனத்தோன்றும் சாமிநாதப்

புலவன் குறைவீல் கீர்த்தி

பம்பலுறப் பெற்றனனேல், இதற்கென்கொல்

பேருவகை படைக்கின்றீரே?

அன்னியர்கள் தமிழ்ச்செல்வி அறியாதார்

இன்றெம்மை ஆள்வோ ரேனும்

பன்னியசீர் மகாமகோ பாத்தியாயப்

பதவி பரிவின் ஈந்து

பொன்னிலவு குடந்தை நகர்ச் சாமிநா

தன்றனக்குப் புகழ் செய்வாரேல்

முன்னிவனப் பாண்டியர்நாள் இருந்திருப்பின்

இவன் பெருமை மொழிய லாமோ!

நிதியறியோம். இவ்வுலகத் தொருகோடி

இன்பவகை நித்தம் துய்க்கும்

கதியறியோம் என்று மனம் வருந்தற்க.

குடந்தை நகர்க் கலைஞர் கோவே,

பொதியமலைப் பிறந்தமொழி வாழ்வறியும்

காலமெலாம் புலவோர் வாயில்

துதியறிவாய், அவர் நெஞ்சின் வாழ்த்தறிவாய்,

இறப்பின்றித் துலங்கு வாயே.

தமிழ் ஒரு மாக்கடல் இதனில் ஒரு விநாடி கூட தளராது நீந்தியவர் நமது தமிழ் தாத்தா. கனலாகு வெய்யல் - கடுமழை - பனி - இரவு - பகல் - மேடு - காடு - பள்ளம் - சேறு - வரப்பு என இவரது நடை பயணத்தின்போது இடர்கள் காணப்பட்டாலும் இரவு பகலாக அலைந்து இரண்டாயிரம் ஆண்டுகளுக்கு முற்பட்ட பழந்தமிழ் சுவடிகளைத் தேடிப்பிடித்து அவற்றை அதிலிருந்து மீட்டு, அச்சேற்றி தமிழ் உலகிற்கு வளம் சேர்த்தவர்.

மகாத்மா காந்தியடிகள், இராசகோபாலாச்சாரியார், இரவிந்திரநாத்தாகூர், மாயூரம் வேதநாயகம் பிள்ளை, வேல்ஸ் இளவரசர், ஆளுநர்கள், மடாதிப-திகள் என பலரும் இவரைப் பாராட்டினார்கள்.

❋ ❋ ❋

5. மாமனிதர் அப்துல்கலாம்

கூரிய மதியும் குறைவிலா இறைபக்தியும் நிலவ

நேரிய பார்வையும் நிறைவுறு ஆன்மீகமும் பரவி

சீரிய நோக்கமும் சிறந்த செயலும் மிக்கராய் இனிதே

பாரினில் பாரதமக்கள் திகழ்ந்தனர், அறிவோம் – நேற்று

காரிருள் சூழ்ந்த தன்ன தீமைகள் மலிய – யாண்டும்

போர்த்தன மனிதநேயம்! நம்பிக்கை அற்றன! இடையறாது

ஆர்த்தன கொலைவெறி கொள்ளை சூதுவெனும் தகாதன

நீர்த்தன கல்வி, பயன்? வறுமையும் கொடுமையும் மண்டின… இன்று

ஓர் உய்வழி இனியெனும் காண்போம் நம்பாரதம் ஒளிர

தீரர்காந்தி கர்மவீரர் காமராஜ் வழி உவந்து ஒழுகும்

பூரணர் "கலாம்" காணும் கனவாம் உயர்பாரதம்

நீர்வளம் நிலவளம் பெருகவற்கடம் நீங்கும்

கல்வி வளர அறியாமை அகலும் விரைந்தே

பலதொழில் தோன்ற பொருளாதாரம் மிகும்

தொல்லைதரும் பசி பட்டினி, சாதிமத பேதம் பறந்திடும்

எல்லாரும் விரும்பும் மனித நேயம், நம்பிக்கை பசுமையாகும்

விஞ்ஞானம் விரிவாக மெய்ஞானம் தழைக்கும்

அஞ்ஞானம் மறையும் ஆன்மீகம் தோன்றும்

எஞ்ஞான்று ஒற்றுமை நம்பிக்கை ஒளிகாட்டும்

இஞ்ஞானம் வியக்க பாரதம் ஏறு நடையிடும்.

எத்தனை ஆசைகள்! இம்மா மனிதர் கலாமுக்கு

சித்தமதில் "நாடும் மொழியும் நம்மினும் மேலாம்" எனும்

தித்திக்கும் வைரமொழி புரிந்து உழைப்போம்!

சத்தியம்! உலகே நம் கரங்களில் சுழலும் பார்க்கலாம்.

* * *

6. வாழ்த்துப்பா

கலை மலிந்த தஞ்சை தனில் - புகழ்

காவிரியின் நஞ்சை மண்ணில்

மலை கொண்டு அருள் சுரக்கும்

மாமணியே! அழகுருவே!

நிலையான சக்தியவன் வடிவழகே!

நீர் வண்ணன் தந்த அழகே! – களிற்றின்

தலை ஏற்ற ஐங்கரனின் பங்கழகே! – உன்

தாள்பற்றி அருள் வேண்டுகிறேன்.

மண்ணொருநாள் பொன்னாகும் முருகா!

மாசில்லா மழைத்துளியும் நல்முத்தாகும் - மென்

மலர்சார் மது நீரும் தேனாகும்

மானிட பிறவிதன்னில் நின் திருமுன்

பூணுகின்ற நூல் ஞானமும் சத்தியமும்

காணுகின்ற "உபநயன" மாகும்

வேண்டுவன அருள்கின்ற வேதசாரமே

ஓங்கார பிரணவமே! தமிழமுதே!! அருள்வாய்!

கந்தனே! நின்கருணை வழிநிற்கும் பாலன்

கடமை உணர்வான் வெங்கட்ரமணி

எந்தன் மருமன் உன்முன் ஏற்கும்

உபநயனத்தால் உய்வழி கண்டான்!

செந்தமிழ்ச் செல்வா! "இவன் வல்லமையும்

செறிவும் வளர் ஆயுளும் பெறுக" என

மாந்தும் மகிழ்வோடு ஆசி நான் சொல்வேன்

மால்மருகா! நல்லருள் பாலிப்பாய் நீ!

* * *

7. தமிழ் கனிந்த கவினுற்ற கவிதை

முன்னவன் - முதல்வன்- நாயகன் – ஆனை முகத்தவன்

மூத்தவன் விநாயகன் - விரும்பியே – பெற்றியுடன்

இனிய தமிழ் மொழியினை - ஓங்கார ஓசையிலே

ஈரேழு பதினான்கு உலகிற்கும் ஏட்ட இம் மண்ணில்

நனிதே ஒலித்தான்! தன் தந்தத்தால் – பெரிதும்

நாட்டமுடன் எழுத உருவான எழுத்தும் பெரிதும் பயன்தர

அன்றே தோன்றிய எண்ணும் - இவ்வுலகின் கண்களாய்

ஆதிமுதலாயின! என்னே! இத்தமிழகத்தின் பெருமை!

நெற்றிக் கண்ணனும் நீலம் கலவிய கருமை நிறமாலும்

நான்முகனும் குன்றுதோறும் நிலைத்த குமரனும் மகிழ

பற்றுமிக அவ்வையும் அகத்தியனும் இத்தமிழைப்

பேசு மொழியாக வளர்த்தனர் பீடுறவே!

முற்றும் முக்காலமுணர்ந்த வள்ளுவரும் வாழ வழிகாட்ட

மேம்பட்ட அறம்பொருள் இன்பம் தெளிவுற விளக்கும்

நிற்றிடும் ஆயிரத்து முன்னூற்று முப்பது குறள்களை

நீங்கா நியதிகள் நிலைத்து மானுடம் பயனுற ஈந்தார் காண்!

தமிழும் இறைவனும் ஒன்றே என்பர் பக்தி மேலிட மெத்த
    தாகத்துடன் இயல் இசை நாடகம் என முத்தமிழ்கண்டு
அமிழ்தினும் இனிய தமிழில் கம்பனும் இளங்கோவும்
    ஆழ்வார் - நாயன்மார் அருணகிரிநாதர் மணம்
கமழ் பாக்களைப் பக்தியுடன் பாடினர் - அறவழிகாட்ட
    கேட்க மனமுருகும் வண்ணம் தாயுமானவர் அருணகிரிநாதர்
இமைப்பொழுதும் ஈசனை மறவாத சமயகுரவர் நால்வரும்
    ஏழ்பிறவிகளும் உய்ந்திட இராமலிங்க அடிகளும்

அமிழ்ந்த பிறவிச் சுழலினின்றும் விடுபட அழகிய தமிழில்
    ஆயிரம் புலவர்கள் பாடி எழில் சேர்த்த இத்தமிழில்
"செந்தமிழ் நாடென்னும் போதினிலே இன்பத்
    தேன் வந்து பாயுது காதினிலே" - என
சிந்தையில் வீரம் தேக்கி உணர்ச்சிகளை ஒன்றாய்
    சீரிய கருத்தாக்கி எளிய தமிழில் – வறுமையால்
நொந்து முடங்கிய பாமரமக்களைத் தட்டி எழுப்பி
    நாடு விடுதலைப் பெறப் பாடிப்பரவிச் செம்மையாய்

இந்த மாநிலம் பயனுற வாழ்ந்த மதுரகவி பாரதியின்
    ஈடற்ற நூற்று இருபதாம் ஆண்டு பிறந்த நன்னாளில்
அழகிய தமிழ்ப்பயின்று அதனில் பெரும் புலமைப்பெற்று
    ஆற்றல் மிக இத்தமிழ் வளர்ச்சிக்கு இடையறாது
தழுவிய தொண்டில் தன் வாழ்நாளைப் பயனாக்கிய பெம்மான்!
    தாய் நாட்டிற்கும் தமிழ் மொழிக்கும் உழைக்கின்றார்!

எழும் கதிரோனின் தின்மையர் - அடக்கம் உடையவர்!

ஏற்புடை நண்பர் - புலவர் - இனியவர் - புன்னகைமுகத்தார்!

முழுமை பெற்ற கல்விமான் - உயர்திரு மு.வைத்தியநாதன் தமக்கு

மேன்மையாகத் தொண்டாற்றும் "பாரதி ஆன்மீக இலக்கிய மன்றம்"

விழிகள் ஒளியுற வீற்றிருக்கும் சான்றோர் - ஆன்றோர் இளைஞர்கள்

வாழ்வில் வெற்றி பல சூடிய அறிஞர் - கவிஞர் - கலைஞர்

ஒழிவின்றி உழைத்த பெரியோர் முன்னிலை காணும் இப்பேரவையில்

ஒரொளியாய் பட்பட் பட்பட் எனும் மகிழ்ச்சியால் எழும்

கரவொலியின்

வழுவாத இசைக்கு இடையே *"முத்தமிழ்ப் பொழில்"* எனும் உயர்விருதினை

வாழ்த்துக்கள் பலகூறி வழங்கி பெருமை கொள்கிறது!

செழுமைமிக்க இன்னவர் நாடும் மொழியும் நம்மினும் மேலாம் எனும்

சோர்வு நீக்கும் வைரமொழியை உவந்து செயல்படும் - இவர்

பழுதற்ற தொண்டால் வெற்றி பலசேர "பரம் வாழ்க" – என

பாங்குடன் நாம் வாழ்த்துகிறோம்! அதோ அதோ - நாம்

தொழுதிடும் அன்னை அகிலாண்டேஸ்வரி அருள் பொழிகின்றாள்!

நன்றே!

8. வாழ்த்திப் பொழிந்த அமுதக் கவிதை

கல்வியில் சிறந்தவர் - கணினியில் வல்லவர் – நாளும்

காலத்தின் அருமையைக் கருத்தில் கொண்டு உழைப்பவர்

நல்லதை நினைப்பவர் - கடமையில் சுழல்பவர்

நாடும் மொழியும் நம்மினும் மேலாம் எனச்

சொல்வார் - இவர் நெடுநீர் மறதி மடி துயில் நீக்கிய இளைஞர்!

சீர்மிகு குறள் சொல்வழி நடப்பவர் – உணர்ந்தோர்

எல்லோரும் போற்றிடும் நன்னெறியாளர் – இன்னவர்

ஏற்புடைப் பெயராம் முருகானந்தம் என இலங்குவார்!

நல்லதோர் வீணை நயத்திடும் இசையால் - கூறும்

நால்வகை நற்றனவாம் அச்சம் நாணம் மடம் பயிர்ப்பு

சொல்பொருள் உற்றே செயலுறும் நங்கை நல்லார்

சார்ந்த கல்வியால் கூடிய புகழினாள் – இன்சொல்லாள்

வில்லுக்கு விசையாக மலருக்கு மணமாக - தேனுக்குச் சுவையாக

வாழ்வுக்குத் துணையாக நன்றே தோன்றிய குணவதி!

வல்லமையும் செயல் திறனும் தன்னில் கலந்து வெங்கட சுப்ரமணி

வாய்த்த நற்றவத்தால் மலர்ந்த திருமகள் இன்று 9-11-2000

இல்லறம் ஏற்று - குலப்புகழ் காக்க "முருகானந்தம்" கரம் பற்றி

ஈடற்றப் பெருமை கொண்டாள் – "மகேஸ்வரி" என்னும்

பெயரில் ஒளிர்கிறாள்!

நலன்மிகு வாழ்வினை நாடி இணைந்த மணமக்காள்!

நாடும் மொழியும் பீடுற "கவி பாரதி" சொல் காப்பீர்!

இல்லறத்தின் இன்பத்தை இனிதாய் பெறும்போது தர்மத்தை மறவாதீர்!

ஈட்டிடும் செல்வமாய் மழலைகள் இரண்டே கொள்வீர்!

எல்லாரும் பெருமை கொள்ள இனிதே வாழ்வீர்!

ஏற்றங்கள் பலவாய் வாழ்வில் பல்கி இன்புற வாழ்த்துகிறோம்!

சொல்லால் - மனதால் "பிரமகற்பம்" வாழ்க என்றே!

சோலைகள் சூழ காவிரி தழுவிடும் வளநகர் திருச்சி

மலைக்கோட்டை வீற்ற வினாயகர் தலையசைக்க

மாந்திடு எழில் கழனி பரவிய வயலூர் வேலவன் மகிழ்வது

நலன்கள் பலவும் கொண்ட மணமக்கள் நீடுவாழ

நா இனிக்க புன்னகை மலர அருள் பாலிக்கின்றான்!

அல்லும் பகலும் பதினான்கு உலகினைத் தன் அருளால்

ஆட்சி புரியும் அன்னை அகிலாண்டேஸ்வரியும்

நல்லருள் பொழிகின்றார்! கண்டோம்! நன்றே!

✳ ✳ ✳

9. கரந்தை வாழ்த்துக் கவிதை

கல்வியில் சிறந்தவர் - கணக்கில் வல்லவர் - நாளும்

    காலத்தின் அருமையைக் கருத்தில் கொண்டு உழைப்பவர்

நல்லதை நினைப்பவர் - கடமையில் சுழல்பவர்

    "நாடும்" மொழியும் நம்மினும் மேலாம் எனச்

சொல்வார் - இவர் நெடுநீர் மறதி மடிதுயில் நீக்கிய இளைஞர்

    சீர்மிகு "கீதை" சொல்வழி நடப்பவர் – உணர்ந்தோர்

எல்லோரும் போற்றிடும் நன்னெறியாளர் – இன்னவர்

    ஏற்புடைப் பெயராம் "ஐயர் லெஷ்மி நாராயணன்"

(எ) ராஜேஷ் என இலங்குவார்!

நல்லதோர் வீணை நயத்திடும் இசையால் - கூறும்

    நால்வகை நற்றனவாம் அச்சம் நாணம் மடம் பயிர்ப்பு

சொல்பொருள் உற்றே செயலுறும் நங்கை நல்லார்

    சார்ந்த கல்வியால் கூடிய புகழினாள் – இன்சொல்லாள்

வில்லுக்கு விசையாக மலருக்கு மணமாக - தேனுக்குச் சுவையாக

    வாழ்வுக்குத் துணையாக நன்றே தோன்றிய குணவதி!

வல்லமையும் செயல்திறனும் தன்னில் கலந்த வெங்கடசுப்ரமணின்

    வாய்த்த நற்றவத்தால் மலர்ந்த திருமகள் இன்று 3-11-2000

இல்லறம் ஏற்று - குலப்புகழ் காக்க "ராஜேஷ்" கரம் பற்றி

    ஈடற்றப் பெருமை கொண்டாள் - "விஜயா" என்னும் பெயரில்

    ஒளிர்கிறாள்!

நலன்மிகு வாழ்வினை நாடி இணைந்த மணமக்கள்!

நாடும் மொழியும் பீடுற "கவி பாரதி" சொல் காப்பீர்!

இல்லறத்தின் இன்பத்தை இனிதாய் பெறும்போது தர்மத்தை மறவாதீர்!

ஈட்டிடும் செல்வமாய் மழலைகள் இரண்டே கொள்வீர்!

எல்லாரும் பெருமை கொள்ள இனிதே வாழ்வீர்!

ஏற்றங்கள் பலவாய் வாழ்வில் பல்கி இன்புற வாழ்த்துகிறோம்!

சொல்லால் - மனதால் "பிரமகற்பம்" வாழ்க என்றே!

சோலைகள் சூழ காவிரி கொள்ளிடம் நதிகள் நடுவே

சில்லெனத் தென்றல் பரவு திரு ஆனைக்கா தலம்

சார்ந்த அன்னை அகிலாண்டேஸ்வரி அதோ அருள்

பாலிக்கிறாள் நன்றே!

10. கவிக்கோன்

கற்றவர் நிறைந்த நாடு - கவிதைகள் கனிந்த நாடு!

    நற்றமிழ் ஒலிக்கும் நாடு - நல்லோர் உறையும் நாடு!

நிற்கா நதிகளும் சோலைகளும் மலைகளும் சூழ

    உற்ற கழனிகளால் எங்கும் பசுமை படர்ந்த நாடு!

நிற்கும் கோபுரங்களால் ஆலயங்கள் அழகூட்டும் நாடு

    பற்பல கலைகள் ஓங்கிய, பண்பாடு பரவிய நாடு!

அறவோர் - ஞானிகள் - சித்தர்கள் - சான்றோர்கள் – கவிஞர்கள்

    மற்றும் வீரர்கள் கலைஞர்களால் ஏற்றம் காண் நாடு!

நற்றமிழ்நாடு - நம் பெருமிதம் உணர்த்தும் நாடு!

    பெற்ற புகழ் காத்து இசைபடு வாழ்வுற இன்னே

வற்றாக் காவிரி தண்புனல் தழுவிய தென்றலில் சுகம் பெறும்

    சிற்றூர் "மேலச்சிந்தாமணி" வீற்று மிடுக்குடன்

அறங்கள் நிலைத்து அன்பு பரவி மனிதநேயம் மிளிர

    சிறப்புடன் ஆன்மீகம் - பக்தி - இலக்கியம் - நாகரிகம் வளர்க்கும்

திறன்காட்டும் "பாரதி ஆன்மீக இலக்கிய மன்றம்" இதனை

    கற்பனையால் உலகு - பாரதம் - தமிழகம் உயர்வாழ்வுற

நிற்கும் கவிதைகளால் எதிர்காலத்தைக் கனவு கண்ட

    பெறற்கரிய "உலக மகாகவி பாரதி" யின் பேராவல் நனவாக

நறுமலர்கள் தருஎழிலும், மணமும் இன்பமும் தருதற்கிணை,

    மறம்தாங்கி உரம்கொண்ட மனத்தராய் அமைத்தோம்

திறமுடன் "மன்றம்" இயக்குகின்றோம்! - எல்லோரும்
		உற்சாகமாய் நாடும் மொழியும் நம்மினும் மேலாம் என்ற
சொற்றொடராம் வைரமொழியினை உணர்வினிலேற்று
		குறிப்பறிந்து நாடு நலன் பெருகிடு எண்ணங்கள் உந்த
நற்றமிழில் "கவிபாரதி" வழித்தோன்றலாய் அவ்வழி பற்றி
		உறுதியுடன் நாடு வளம் மேலோங்கவும் கலைகள்
மறுமலர்ச்சி பெறவும் மக்கள் ஒற்றுமையில் உயரவும்
		உற்சாகம் பொங்க கவிதைகள் யாத்திடும் இன்னவரே
அற்புதம் விளைக்கும் பெருமகன் "கவிஞர்" - க.கோபண்ணன்
		நற்செயல்கள் நாளும் உஞ்ஞுற்றி சுழன்றிடும் இம்மன்றம்

அறிஞர்கள் திரண்டிருக்கும் இப்பேரவை உறுதியாய் விழைந்தவாறு
		நிறைந்த மனத்துடன் மகிழ்வுற நேர்த்தியான விருதினை
						"கவிக்கோன்" - என்ற
பொற்பதக்கமாகச் சூட்டி உள்ளம் குளிர்கிறோம்!
		வெற்பெனஉயர்ந்திட்ட"கவிக்கோன்""கவிஞர்-க.கோபண்ணன்"
பிறை மதியன் தந்த தமிழ் - பின் ஆறுமுகன் சுவைத்த தமிழ்
		நிறைவாக ஐங்கரன் எழுத்தாக்கியத் தமிழ் என அறிந்து
உற்பத்திக்கும் அழகுறு சொற்களால் தொடுத்த கவிதைகள்
		நறுமணத்துடன் தமிழுலகம் **எங்கும்? இனிதாக்குதல்** போன்று
பெறுபுகழுடன் பூவுலகம் முழுதும் பரவி மணக்கட்டும் அம்மட்டோ?
		சுற்றிடும் எண்கோள்களளும் எட்டட்டும்! - அப்பால்

முற்றா பேரின்பத்தில் உய்யும் தேவருலகம் தவழட்டும்! இன்னும்
     விற்விடுத்த அம்பென பறந்து வானின் உயர்ந்து
முற்பட்ட நாகரிகம் கொண்ட விண் மனிதர் வாழும் கோளில்
     கற்பட்ட எழுத்தாகத் தமிழ் பதியட்டும்! – என்று
அறிஞர் தலை என்றும் போற்றும் மன்றம் சார்பில்
     குறிப்பாக அண்டங்களைக் காத்திடும் அன்னை – நாம்
அறிந்து வணங்கும் "அகிலாண்டேஸ்வரி" அருள்
     நிறைந்து "காளமேகம்" உயர கருணை பாலித்த தன்ன
வற்றா பேரருளைக் கோபண்ணனுக்கு அருள்க! எனப்
     பற்றுடன் பணிந்து வேண்டுகிறோம்! தமிழ் வளரவே!

✻ ✻ ✻

11. தமிழ் கனிந்த வாழ்த்துக் கவிதை

பொங்கி வரும் காவிரியின் புனலை

    பூரித்து வரவேற்கும் வாய்க்கால்கள்

எங்கும் பிரிந்தோடும் கண்ணிகளுக்கும் பகிர்ந்து

    ஈந்திடும் நீரால் இன்புறும் கழனிகள்

தங்கள் பயிர்களின் தாகம் தீர்க்கும்!

    தாய்ப்பால் என நீரினில் பயிர்கள் செழிக்கும்!

செங்கரும்பும், வாழையும், நெல்லும், வெற்றிலையும்

    சேர்ந்து வளம் கொழிக்கும் சிற்றூர் "தொட்டியம்"

மங்காப்புகழினில் மலர்ந்து காணும் பாசன உதவியாளர்களின்

    மாபெரும் பணியாம் சமன் செய்து சீருற நீரை

பங்கிட்டுப் பாசனப்பரப்புகள் விரவிய பயிர்கள்

    பாங்காய் வளம் கொழிக்க ஆடையும் கோடையும்

தங்கள் நலன்பாராது பயிர் வாடாது காத்திட இவர்கள்

    தாழாது உழைத்திடும் நேர்த்தி என்னே! என்னே!!

இங்கொன்று கூறுவேன்! இவர்களில் ஒருவராக

    ஈடில்லா நாற்பது ஆண்டுகள் இளைப்பாராது உழைத்த

தங்க மனத்தவர் பெயரால் விரித்திடும் "கே. சின்னப்பன்"

தான் நாட்டுக்கு உழைப்பதைப் பேரின்பமென

அங்கம் நலம் பாராது மனமது நினைத்தவாறு

ஆற்றலுடன் செயற்பட்டார் – உணர்வுகள்

பொங்கிட, முகம்மலர்ச்சியுடன் அனைவரிடமும்

பற்றுடன் நட்புக் கொண்டு பழகினார் – காண்!

எங்கும் என்றும் எல்லாரிடமும் நற்பெயர்

ஏந்திச் செயலாற்றிய வீரர்! செயற்கரிய

முந்திச் செய்து முத்திரை பதித்த செம்மல்!

மாண்பு மிகுஇப் பண்பாட்டின் பேழையைச்

சங்கத் துணை தலைவராக அரும்பணிகண்ட இம்பெம்மானை

சார்ந்த வெற்றிகள் நின்று இவரைப் பேண

பங்கம் வானது காத்திடும் மதுரகாளியம்மன் அருள்வாள்

பறந்திட்ட இருபதாம் நூற்றாண்டின் இறுதியில்

சிங்கமென வீறுற்ற இவர் பணி விடுவிப்புப் பெற்று

சீருடன் எதிர்ப்படும் இருபத்தொன்றாம் நூற்றாண்டினை

பங்கயமலரென்ன முகத்தொடு காண்கின்றார்

பால் மனத்த இவர் "பல்லாண்டு நோயற்று

தங்கும் புகழ் மணக்க வாழ்க" என வாழ்த்துகிறோம்!

தோன்றிடும் நலன்களெல்லாம் இவர் பெறவே!!

* * *

12. திருமண வாழ்த்துக் கவிதை

நல்லவர் - கலைகள் பலவும் பயிலும் இளைஞர்

நாட்டுக்கு உழைப்பவர் நாம் அறிந்தவர்

சொல்வலர் சோர்விலர் அஞ்சார் நாளும் - நாளும்

சாதனை பல காண்பவர் இலக்கியம் சுவைப்பவர்

இல்லறம் இன்று 5-2-1999-ல் ஏற்கிறார் இனிப்புறவே!

ஈடற்ற தமிழ்மொழியில் இவர் "**கவிக்கோ**"!

"செல்வராஜ்" என்று விளித்திடும் பெயரில் பீடுறவார்

சேர்ந்திடும் இவர் புகழ் அடக்கத்தால் ஒளிர்வதன்றோ?

கல்வியில் சிறந்த நங்கை பெயரால் தமிழரசி

காவிரி நீர் வளர்த்த இத்தளிர்க் கொடி

இல்லறமே இனிய வாழ்வுக்கு உகந்ததென தன்னின்

ஓர்ந்து நலமே கொள்கைப் பிடிப்புடை கவிக்கோ

"**செல்வராஜ்**" கரம் பற்றிடல் நாம் காண்பதும் என்னே பெற்றி?

சீருடன் "**செல்வராஜ் - தமிழரசி**" திருமண நன்னாள்

நல்வாழ்வு பெற்று மணமக்கள் நீடுவாழ வாழ்த்துகிறோம்!

நாடும் இன்பங்கள் யாவும் நிறைவுற்று வாழ்க! எனவே!

நலமான வாழ்வினை நாடி இணைந்த மணமக்காள்!

"நாடும் மொழியும் நம்மினும் மேலாம்" என்ற

உலகு ஒப்பும் வைர மொழியதனை உளமதில் கொள்வீர்!

ஊக்கமுற தொண்டுகள் பல ஆற்றி உரம் பெறுவீர்!

நிலையான இன்பங்கள் நீக்கமற எங்ஙணும் நிலவ

நீதியும் வாய்மையும் கோலோச்சிப் புகழுற

அலையென எழுந்து வெகுண்டு மக்களைத் தாக்கி

ஆர்ப்பரிக்கும் சாதிமத நிற பேதங்களைப் புறம் காண்பீர்!

அறியாமை மூடப்பழக்க வழக்கங்கள் முற்றும் நீங்க

அகழ்ந்து வேருடன் பறித்து அகற்றிடுவீர்!

"அறிஞர் அண்ணா" சொல்வழி செயலுறுவீர்!

ஆற்றல் பெறுவீர் சமுதாயத்தைச் சீரமைப்பீர்!

நறுமலர் பூங்காவினில் மெல்லிய தென்றல் பரவி

நாற்றிசையும் மணம் பரப்புதலன்ன இதமுடன்

உறுகின்ற "மனிதநேயம்" மாந்தி மக்களைவரும்

ஊற்றெனப் பொங்கும் அன்பில் மகிழச் செய்வீர்

இல்லறத்தில் இணைந்து செயற்பட நியதிகள் வாழும்

ஈட்டும் இன்பங்கள் எல்லாம் உலகு துய்க்கட்டும்!

நல்மக்களாக ஆண்பெண் என இரு மழலைகளைக் கொள்வீர்!

நாட்டின் நிலை அறிந்து எளிமையாய் வாழ்வீர்!

எல்லோரும் போற்ற புன்னகையுடன் மிளிர்வீர்!

ஏற்றமும் பெருமையும் நன்மையும் நாடிவரும்

சொல்லுக்குச் சொல்லாகச் சொல்லும் போதெல்லாம்

சோர்வு நீங்கி தெளிவுற, திருக்குறளைச் சொல்லுங்கள்

சொல்லுக்குத் தகநிற்க இன்பமே துய்ப்பீர்!

சீர்மிகு வாழ்வில் உலகே உங்கள் கரங்களில்

சொல்லின் வலிவில் சுழலும்! காண்பீர்! உண்மை!!

✳ ✳ ✳

13. மணிவிழா வாழ்த்து

கல்வியால் அழகுற்றுப் பண்பாட்டால் பெருமைகூட

காணும் அன்பால் இன்பமெய்தி – இடையறா

நல் கடமையால் உயர்வினைப்பற்றி – உளமாற

நாடிய நட்பினால் நல்லோர் துணை இருக்க

சொல்லிட ஈன்ற பொழுதினும் பெரிதுவக்கும் தன்மகனைச்

சான்றோன் எனக் கேட்ட தாய் எனும் குறளுக்குத்

துல்லிய பொருளாய்ச் செயலாற்றி மகிழ்வுறும்

தூயவர் நம் அருட்புனல் வெ. மீனாக்ஷிசுந்தரம்!

அன்பே இவர் வடிவு ஆண்மையே மனத்தெளிவு

ஆழ்ந்த சிந்தனையே அறிவின் செறிவு

புன்னகை முகமே செய் தருமத்தின் சான்று

பூத்திடும் விழிகளோ கருணைக்குச் சாட்சி

கனிச்சுவைச் சொ(ல்)லரிவீர் கனிந்த பார்வையில்

காணும் பொருளெல்லாம் இறைத்தோற்றம்!

எந்நாளும் மாறாப் பெருங்குணம் ஓ! ஓ!!

ஏ! அப்பா! இவருக்கிணை யாரே! யாண்டு உளர்!!

நற்குணவதியாம் விஜயா வாழ்வில் துணை நிற்க
    நேர்த்தியாய் இரு மக்கட் செல்வங்கள் பெயரின்
பொற்கொடி பார்வதி பிரபா - ஐயர் லெஷ்மிநாராயணன் ஒளிர
    பேதுறவே இல்லறம் துய்க்கும் பேராளர்! – நீவிர்
நிற்றிடும் புகழ் மணக்கக் காலமெலாம் மனைவி மக்களுடன்
    நீங்காப் பற்றின் சான்றாம் அலமேலு அன்னை மனங்குளிர
சுற்றம் உற்றார் உறவினர் உடன் பிறந்தவருடன்
    சாற்றிடும் காலமதாய் நூறாண்டுகள் - ஊக்கம்

அடுத்துச் சொன்னால் ஆயிரம் ஆண்டா! யா! யா!
    ஆவல் மிகவே கூவிடின் பத்தாயிரம்! - நோ! நோ!
தொடுத்திட்டால் இலட்சம் கோடி என - இன்னம்
    தோன்றிடும் எங்கள் வேட்கையில் எல்லையற்ற
நெடுங்காலமாம் பரம் வாழ்வீர்! வாழ்வீர் - என
    நாங்கள் அனைவரும் ஒன்றாய் வேண்டுதல்
நொடியும் இமைக்காத மீன்விழியாள் அருள்மிக
    நானிலம் காக்க கூடல் மாநகராம் மதுரையில்
குடியிருக்கும் அம்மா மீனாட்சித் தாயே!
    கோதிலா எம்மனம் அறிவாய்! அருள்வாய் நன்றே!

✳ ✳ ✳

14. சிறந்த அறம்

ஆணென்றும் பெண்ணென்றும்
    பால்மாறாய் பல்லுயிரில்
காண்! என்று அவன் படைத்துக்
    காரணமாய் வையம் இயக்குகின்றான்!

பூணுகின்ற இல்லறமே
பூதலத்தின் வாழ்வாகும் - இதில்!
பேணுகின்ற தர்மங்கள்
பேரின்ப நிறைவாகும் - உணர்!
கூவுகின்ற புள்ளிமான்கள்
கூறுகின்ற வாழ்வதும்
மேவுகின்ற விலங்கனைத்தும்
மென்குரலால் சொல்லுவதும்
தாவிக் கொழுகொம்பைத்
தழுவுகின்ற கொடியோடு
தாவரமும் தருகின்ற பொருளதுவும்
தர்மத்தின் வாழ்வுக்குத் தரும் குறிப்பு!

❋ ❋ ❋

15. பாராட்டுக் கவிதை

அன்பு அழகு இளமை இனிமை சுவை இசை

ஆற்றல் உணர்வு ஒலி புதுமை வளமை பக்தி

என்றே பலபட எழுச்சி பெற்ற தமிழ் மொழி

ஏனைய மொழிகளுக்கும் உயிராகும்

நன்றே கூறின் இறைவன் உவந்து நாம் மகிழ

நானிலம் பயனுற அருளிய முதல் மொழி

இன்று நம் தமிழ் பீடுற உலையின்றி

ஈண்டு தொண்டாற்றும் கவிமுகில் மகிமைமிகு

பொன்விழா காணுதல் என்னே பெற்றி?

போற்றுகிறோம்! இத்தமிழ் மகள் நீடு

இன்றுபோல் இதனிலும் மேன்மையுற்று வாழ்வார்!

ஈசனருள் பெற்றுக் கவிமுகில் ராம முத்துகுமரன்

இன்னவர் இன்னலின்றி உலகு உன்ன உழைப்பவரன்றோ!

ஈண்டு தமிழுக்கு 'ழ்' போல் கவிமுகில் நம்பேறு!

மதியுற்ற கவிமுகிலே புத்துலகத் தோன்றலே

மாறாப்பற்றுடன் பொது உடமை எங்கணும் காண்போம்

யுகங்கள் நெய்தல் ஆம்பல் குவளை கமலமாய்
	ஓயாது சுழல அற்புதம் நிகற்பதம் கனம் கற்பமேன
புகல பதமம் சங்கம் வெள்ளம் அந்நியமாய்
	பூதலத்தைப் புரட்டினும் மத்தியம் பிரார்த்தம் என்றே
நகர்ந்து புரியமதில் புரண்டு பிரமகற்பமிதிர் சுழன்று பின்
	தாங்கள் பரம் காண்பீர் உம்மின்பணி தொடரவே

உலகினில் மனித நேயம் காண்போம்! உறுதி கொள்வோம்
	ஊற்றெனச் சிந்தனைப் பெருகிடும் உத்தமர்
பலர் நிறைந்து முத்தமிழ் முழுங்கிடும் கடலூரில்
	பாங்குடன் இயங்கிடும் முத்தமிழ் இலக்கிய மன்றம்
நலமே நாற்றிசையும் மனம் கமழும் மாட்சிகாண1
	நாடும் மொழியும் நம்மினும் மேலாம் எனும் வைரமொழி
நிலமதில் யாங்கணும் ஒலித்து மண்ணுயிரெல்லாம்
	நீடுவாழ பராசக்தி நல்லருள் பாலிக்கட்டும் - நன்றே

✳ ✳ ✳

16. கவிதை மாலை

இதமாய் புலரும் நாள் என்றும் இளமை! சுழலும்

மேதினி உறவாடும் காற்றும், புனலும் கூறிட

பொதுவினில் மண்ணும் விண்ணும் கனலும் இணைந்து

போற்றிடும் கதிரோன் மதியுடன் விண் மீனும்

உதவிட தினமே தோன்றும் உயிர்களும் இளமைதானே!

ஊறிய நம்மின் தமிழ்மொழி இளமையாய் உலவும்

எதுமுதுமை? எங்கே முதுமை? ஏது முதுமை? கூறிடப்போமோ?

ஏறிட்டு நோக்குமிடமெல்லாம் இளமை என்போம்!

விதங்கள் பலவாய் விளங்கிடும் வளர் கலைகள் யாவும்

வீசு புகழின் உயர்தலும் இளமையே! கண்டோம்!

இதமான நம் நட்பினில் இன்புற இனிய சிந்தனை வழி

ஈசனருள் துய்த்து, எழில்மிகு தமிழின் இளமையினில்

பதமாய் புரளும் கற்பனை வளமதைக் குழைத்து விரிவாய்

பாரினை ஆய்ந்து, தான் தேறிய பொருளில் இனிதே

புதுமை பொலிவுற இன்னே! இளையவன் தன் ஆற்றலில்

பூக்கும் கவிதைகள் என்றும் இளமை! அறிவோம்!

முதுமையே காணா உலகின் நம்மை நாளும் மகிழ்வினில்
மூழ்கிட இயக்கிடும் இவர்தம் சுவைதரு கவிதையால்
மதுவினை உண்ட வண்டுகளாய் கிறங்கி மயங்கினோம்! உண்மை!
மாசற்ற இவரின் கவிதை மனிதநேயமதை எங்கும்
நிலவிடச் செய்யும்! சமுதாயம் சீர்பெற அமையும்!
நீடிய நட்பினைப் போற்றும் தமிழுக்கோ - பெருமை
இலங்கிடும் தமிழின் இளமை இவரைச் சாரும்
ஈடற்ற இவர் தொண்டால் நாம் இளமையுற்றோம்!

துலங்கிடும் ஆற்றலில் அடக்கமுடன் செயலாற்றும் இளையவரே!
தூயவரே! இன்று பொன்விழா நிலைத்த மன்னவா!
உலகில் என்றும் இளையவனாய் கவி பாரதியாய் நின்று
ஊக்கமுடன் நீவிர் ஆற்றும் தொண்டு மேன்மையுற வாழ்த்துகிறோம்!
பலகாலும் தம்அருளால் வையகம் உயர்ந்திட - உலவி நலன்
பாரிக்கும் தெய்வம் காஞ்சி மகாபெரியவர்கள்!
பலனாய் நுமக்கு வழங்கிய ஆசியால் நிறைவளம் பெறுவீர்!
பார் போற்றும் கவிமாமணியே! தமிழ்யாழே!
நிலமதில் என்றும் இளமை கொள்வீர்! - நித்தம்
நேர்த்தியாய் இவ்வகிலம் புதுமைகாண கவிதை தருவீர்!
உலகு பதினான்கும் அண்ட சராசரங்களும் - சுழற்றி
ஆளும் அன்னை அகிலாண்டேஸ்வரி அருள்க! நன்றே!

* * *

17. வாழ்த்து

நல்லவர் - கலைகள் பலவும் பயிலும் இளைஞர்

    நாட்டுக்கு உழைப்பவர் - நாம் அறிந்தவர்

சொல்வலர் - சோர்விலர் - அஞ்சார் - நாளும்

    சாதனை பலகாண்பவர் - இலக்கியம் சுவைப்பவர்

இல்லறம் இன்று 27-08-2004-ல் ஏற்கிறார் இனிப்புறவே!

    ஈடற்ற தமிழ்மொழியில் இவர் பீடுறுவார்!

வல்லவராம் இவர் விளித்திடும் பெயரில் கா. குமார்

    வளர்ந்திடும் இவர்புகழ் அடக்கத்தால் ஒளிர்வதன்றோ?

காவிரியின் தெளிபுனலன்ன மனத்தவள் புவனா

    கோபாலன் திருமகளாம் இத்தளிர்க் கொடி

இல்லறமே இனிய வாழ்வுக்கு உகந்ததன்ன தன்னின்

    ஓர்ந்த நலமே கொள்கைப் பிடிப்புடை குமார்

கரம் பற்றிடல் நாம் காண்பதும் என்னே பெற்றி?

    சீருடன் குமார் - புவனா திருமண நன்னாள்

நல்வாழ்வு பெற்று மணமக்கள் நீடுவாழ வாழ்த்துகிறோம்!

    நாடும் இன்பங்கள் யாவும் நிறைவுற்று வாழ்க! எனவே!

நலமான வாழ்வினை நாடி இணைந்த மணமக்காள்!
நாடும் மொழியும் நம்மினும் மேலாம் என்ற
உலகுஓப்பும் வைர மொழியதனை உளமதில் கொள்வீர்!
ஊக்கமுறத் தொண்டுகள் பல ஆற்றி உரம் பெறுவீர்!
நிலையான இன்பங்கள் நீக்கமற எங்கணும் நிலவ
நீதியும் வாய்மையும் கோலோச்சி புகழுற
அலையென எழுந்து வெகுண்டு மக்களைத் தாக்கி
ஆர்பரிக்கும் சாதிமத நிற பேதங்களைப் புறம் காண்பீர்!

இல்லறத்தில் இணைந்து செயற்பட நியதிகள் வாழும்
ஈட்டும் இன்பங்கள் எல்லாம் உலகு துய்க்கட்டும்!
நல்மக்களாக ஆண்பெண் என இரு மழலைகளைக் கொள்வீர்!
நாட்டின் நிலை அறிந்து எளிமையாய் வாழ்வீர்
எல்லோரும் போற்ற புன்னகையுடன் மிளிர்வீர்!
ஏற்றமும் பெருமையும் நன்மையும் நாடிவரும்
சொல்லுக்குச் சொல்லாகச் சொல்லும் போதெல்லாம்
சோர்வு நீங்கி தெளிவுறத் திருக்குறளைச் சொல்லுங்கள்
சொல்லுக்குத் தகநிற்க இன்பமே துய்ப்பீர்!
சீர்மிகு வாழ்வில் உலகே உங்கள் கரங்களில்
சொல்லின் வலிவில் சுழலும்! காண்பீர்! உண்மை!! உண்மை!!

❋ ❋ ❋

18. திருமண வாழ்த்துக் கவிதை

அன்பும் அறனும் ஒன்றாயின் பாரீர்! உணர்வீர்!

ஆங்கே பிறக்கும் பண்பாடு! உண்மை!

நன்று! உயிர்கள் பல்கிட ஆண் பெண் என

நான்முகன் படைத்தான் இருபால் கோட்பாடு!

ஒன்றே மனமாய் ஆண் பெண் இணைந்து சுகமுற

ஓர்ந்திடும் இல்லறமஃதே வாழ்வின் கடப்பாடு!

நன்றே வாழ்வினைத் துய்த்து அறநெறி நிலையுற

நாளும் நல்லறம் காத்தலே உலகின் வழிபாடு!

சொன்னோம்! **நாடும் மொழியும் நம்மினும் மேல்** என

சீருற சிந்தையிற் கொண்டு பொதுமறையாய்

என்றும் மிளிர்ந்தே நல்வழி நயத்திடும் குறளினை

ஏற்றுச் செயலுறின் பெறுதலெல்லாம் இன்பமே! ஆம்!

கன்னலின் சுவைக்குச் சொல்லின் இனிப்பினை இணை
     கூட்டி நற்சொல் நாயகனாய் நடையிட்ட பண்பாளர்
புன்னகை முகத்தினர் வீறுடன் வாழ்வில் ஒளியுற விளங்கிய
     பேராளர் சீனிவாசன் தன் திருக்குமாரர் நல் வீணையாம் சிவக்குமாரும்
தன்னைக் காத்து தன்கொண்டான் பேணுவான் தன்னலம் நினையா
     தான் சார்ந்த பெரியோர் தம் சொல் போற்றி

நன்மையே நாடும் தேனினை ஒப்பள், - கிருஷ்ணமூர்த்தி
     நூற்ற தவச்செல்வி இனிய நாதமாம் விசாலியும்
இன்று 3.9.1998 நன்னாள் திருமண நாள் ஒன்றினர்! ஆகா!
     ஈடில்லா திருமணக் கோலம் கண்டு மகிழ்ந்தோம்!
என்றென்றும் இளமையுடையராய் வளங்கள் பலவும் பெற்று
     ஏழுலகு ஆளும் அன்னை அகிலாண்டேஸ்வரியின் பேரருள்
நின்று பொழிய கவிபாரதி சொல்வழி இலங்கி மகிழ்வாரென
     நா தித்திக்க வாழ்க! வாழ்க!! நீடு வாழ்க!!! என
மென்மையாய் நாம் வாழ்த்தும் ஒலி எண்திசையும் எதிரொலிக்க
     மேன்மையாய் காலமெல்லாம் வாழ்வார் நாம் பெருமையுறவே!

✳ ✳ ✳

தமிழில் மேல்நாட்டு கணக்குப்படி

அற்புதம்	-	10 கோடி
நிகற்புதம்	-	100 கோடி
கும்பம்	-	1000 கோடி
கணம்	-	10,000 கோடி
நிகற்பம்	-	1,00,000 கோடி
பதுமம்	-	10 லட்சம் கோடி
சங்கம்	-	கோடி கோடி
வெள்ளம்	-	கோடி பத்து சங்கம்
அந்நியம்	-	கோடி பத்து வெள்ளம்
மத்தியம்	-	கோடி பத்து அந்நியம்
பரார்த்தம்	-	கோடி பத்து மத்தியம்
பூரியம்	-	கோடி பத்து பரார்த்தம்
பிரம்ம கற்பம்	-	கோடி கோடி கோடி

பரம்

கிருதயுகம், ஸ்த்ரேதாயுகம், துவாபரயுகம், கலியுகம்
நான்கும் 43 லட்சம் ஆண்டுகள் ஆகும்.

இதற்கு மகாயுகம் என்பர்.

1000 மகாயுகம் பிரம்மாவுக்கு 1/2 நாள்.

பிரம்மாவின் ஆயுட்கோலம் பரம் என்று அழைக்கப்படும்.

* * *

மேலும் சுவை கூட்டியவர்கள்

தமிழ் பயின்றவர்களில் முதன்மையானவரும் ஆசிரியருமான வாகீச கலாநிதி கி.வா. ஜகன்னாதன் ஆவார்கள். கி.வா. ஜகன்னாதன் அவர்கள் 1970-ல் திருச்சி தென்னூரில் கரந்தை சுந்தரமாகிய அவருக்குக் **'கவிஞர்'** பட்டம் கொடுத்துச் சிறப்பித்தார்கள்.

கரந்தை சுந்தரம் கூறுவார்,

> "மண்ணொரு நாள் பொன்னாகும் முருகா!
>
> மாசில்லா மழைத்துளியும் நல்முத்தாகும் — மென்
>
> மலர்சார் மது நீரும் தேனாகும்"

பின் 30 ஆண்டுகள் நகர்ந்த பிறகு 150—வது பிறந்தநாள் 29-2-2005ல் திருச்சி தென்னூரில் தமிழறிஞர்கள் வழங்கிய வாய்ப்பிற்கிணங்க அப்பெரியாரின் பெயரில் உ.வே. சாமிநாதைய்யர் தமிழ் இலக்கிய மன்றத்தைத் துவக்கி வைத்தார்.

நாமும் இடையறாது உழைத்துத் தமிழுக்கு வளம் சேர்ப்போம்

நாட்டுக்கு மகாகவி பாரதியும், மொழிக்கு உ.வே. சாமிநாதைய்யர் அவர்களும் உழைத்தார்கள்.

"நாடும் மொழியும் நம்மினும் மேலாம்" என்பதை உலகிற்கு உணர்த்துவோம்.

* * *

ஆன்மீகம்

நுவலுதற்கரிய ஒப்புயர்வற்ற இறைவனையும், அவன் தன் அற்புதமான ஆக்கங்களையும், அவ்வாக்கங்களின் நிலைபிறழா இயக்கங்களையும், அதனால் ஏற்படுகின்ற விந்தை பலவும், மனிதன் தன்னை உணர்ந்து, யாவையும் சிந்தித்து உண்மை தெளிவது இன்றியமையாததாகும். இறைவன் தனது படைப்புகள் அனைத்திலும் ஆன்ம ரூபமாய் பரவி நின்று, அவற்றின் எல்லாவித கிரியா சக்திகளுக்கும், காரணமாகி அதனால் ஏற்படும் விளைவுகளுக்கும், ஆதாரமாக விளங்குவதால் இறைவனை கருத்திற்கொண்டு தொடரும் எண்ணங்கள் அனைத்தும் **"ஆன்மீகம்"** என விளித்தல் பொருத்த முடையதாகும்.

இறைவனது படைப்பிலே மூலாதாரமானதும், வெவ்வேறு தன்மைகளை உடையதான ஐந்து பெரும் சக்திகள் குறிப்பிடத்தக்கன. இந்த சக்திகள் அனைத்தும் இயற்கை என வழங்கப்பெறும், அவற்றில் நீர், தீ இரண்டும் எதிரிடையான குணாதிசயங்கள் கொண்டவை. நிலம், வெளி இரண்டும் வேறுபாடு உடையன. தனித்தன்மை கொண்ட காற்று இந்நான்கிற்கும் ஏற்றவாறு உறவாடுகிறது. இவ்வைந்து சக்திகளின் விகிதாசார கூட்டுறவிற்கு ஏற்பவும், இயக்கத்திற்கு இணங்கவும் சூரியன், சந்திரன், செவ்வாய், புதன், குரு, சுக்கிரன், சனி, ராகு, கேது ஆகிய ஒன்பது கிரகங்களும், இம்மண்ணுலகமும் எண்ணற்ற விண்மீன்களும் தோன்றி இயங்கி செயலாற்றுகின்றன. இவற்றின் செயலாற்றலுக்கு ஒப்ப இவ்வுலகில் பருவநிலைகள் மாறி மாறி ஏற்படுவதும், அதைத் தொடர்ந்து வகைவகையாக அணுவுயிர் முதல், புழு, பூச்சிகள், நீர்வாழ்வன, பறப்பன, விலங்குகள், தாவரங்கள் தனித்தன்மை வாய்ந்த மனிதன் வரை படைக்கப்பட்டு பரிபாலிக்கப்படுதல் நாம் அறிந்ததே. எல்லா படைப்புகளும், அவற்றின் தன்மைகளும், செயல்களும் கணித முறையில் பிறழாதவை. நியதி உடையன. காரணங்களைக் கொண்டவை. ஒன்றுக்கொன்று தொடர்பும் ஆதாரமும் கொண்டு தோன்றியும், வாழ்ந்தும், மறைந்தும் இயங்கி வருகின்றன.

பிறவியில் மற்றெல்லாம் பின்தள்ளி முன் நிற்கும் ஆற்றல் மனிதப் பிறவி கொண்டுள்ளது. பேசுகின்ற திறன், புரிந்துகொள்ளும் புலனறிவு, சிந்தனை செய்கின்ற வலிவு ஆகிய தனிப்பெரும் ஆற்றல்கள் அடங்கிய பீடுடை பிறவி அடைந்துள்ள நாம் முதலில் நம் நிலை அறிதல் வேண்டும். பின்னர் நம்முடன் படைக்கப்பட்டுள்ள சகல ஜீவராசிகளையும், இயற்கையையும், இறைவனையும் நன்கு அறிதல் வேண்டும். இதனை அறிந்து கொண்டால்தான், ஏனைய படைப்புகளைப் போல நாமும் நியதி வழுவாது கடமைகளை செயலாற்றும் அவசியத்தை உணர்வோம். நியதியோடு அதாவது சத்யத்தோடு. கட்டுப்பாட்டுடன் நாம் வாழ்வது மற்ற உயிர்களுக்கு நன்மை அளிப்பதுடன் இறைவனின் பேரன்பைப் பெறவும். இப்பிறவிப் பயனைத் துய்க்கவும் மனிதப் பிறவியின் தகுதியை மேலும் உயர்த்திக் கொள்ளவும், பேரின்பம் அடையவும், இறைவனிடமிருந்து சிறப்பான வரன்களைப் பெற்று அதன்மூலம் பிறப்பையும், மரணத்தையும் வென்று நிலையற்ற பிறவிச் சூழலினின்றும் விடுபட்டு நிலையான "**வீடெ**"னும் பெரும்பேற்றை பெறவும் சாத்யமாகும்.

மனிதன் மற்ற ஜீவராசிகளுக்கு உற்றமுறையிலும், இயற்கைக்கு ஒப்பவும், இறைவனுக்கு ஏற்பவும், எத்தகைய உணர்ச்சிகளோடும் குணங்களோடும் வாழ வேண்டும் என்ற நியமங்களை நமது முன்னோர்கள் உணர்ந்து, வேத சாஸ்திர புராண இதிகாசங்கள் வாயிலாகவும், நீதி நூல்கள் மூலமாகவும், விஸ்தாரமாக கூறியுள்ளனர். நாம் காணுகின்ற காட்சிகள் அனைத்திலும், தெய்வீகத்தன்மையும், இறைவனது கீர்த்தியையும் அறிந்து கொள்ளும் புலனுணர்வைக் கொண்டோமானால் அதுவே ஆன்மீகமாகி இன்பம் தரும்.

தோற்றத்தால் பல்வேறு எண்ணற்ற உருவ பேதங்களையும், அமைப்புகளையும் ஏற்றுள்ள மற்ற ஜீவராசிகள் எல்லாவற்றிற்கும் அறிவு, ஆற்றல், உணர்ச்சி, சீரான வாழ்க்கை முறையாகவும் உண்டு என்பதையும், அனைத்தும் உயிரால் ஒன்றென விளங்குதலையும் நாம் ஆய்ந்து அறிதல் வேண்டும். இவ்விதம் ஒவ்வொரு படைப்புகளையும் நாம் ஆய்ந்து அறிவதால் இறைவனது மகாத்மியத்தையும், படைப்புகளின் தனித்தனி சிறப்பான குணாதிசங்களையும், நியதியோடு கூடிய அவற்றின் வாழ்க்கை வகைகளையும் நன்கு உணரலாம். ஆன்மீக நோக்குடன் நாம் கண்டு உணரும் நிகழ்ச்சிகளும்,

அதனால் நன்னெறி சார்கின்ற நமது உள்ளப்பாங்கும் செயலும் இறைவனது பேரன்பைப் பற்றக் காரணமாகின்றன.

உதாரணமாக எறும்பைப் பற்றி ஆராயும்போது அயராத அதன் உழைப்பும், உணவை அது சேகரிக்கும் திறமையும், மாரி காலத்திற்கென உணவை இருப்பு வைக்கும் முன்னறிவும் நிலத்தை பண்படுத்தி விவசாயம் செய்வதும் நாம் மாடுகளை வளர்த்து பால் பெறுதல் போல, சில பூச்சிகளை வளர்த்து பலன் பெறுவதும், செய்திகளை விரைவாக அனுப்புவது, விடாமுயற்சியில் செயலாற்றுவது, கட்டுப்பாட்டுடன் நடந்துகொள்வது ஒற்றுமையாக வாழ்வது, வரிசையாக செல்வது. போரில் திறமை காட்டுவது ஆகிய ஒவ்வொரு செயலும் வியப்பூட்டுவன. ஊர்ந்து செல்லும் எறும்பு அணி அதன் வழியில் எதிர்படும் நீர்நிலையை கடந்து செல்ல கையாளும் யுக்தி நம் அறிவை அயரச் செய்கிறது. சில வினாடிகளில் அவை ஒன்றை ஒன்று பற்றி பந்துபோல் உருண்டு நீரில் விழுந்து புரண்டு எதிர்கரை சேர்ந்து முன்போல் பிரிந்து வழக்கம்போல் அணிவகுத்துச் செல்கின்றன. இதுபோலவே குரங்குகள் ஆற்றின் எதிர்கரை சேர, ஒன்றை ஒன்று பற்றி விழுதுபோல் தொங்கி, விசையுடன் ஆடி, அக்கரை சேர்கின்றன. இவற்றின் சமயோசித யுக்திகள் போற்றத்தக்கவை. வீரத்திற்கு ஆடு இலக்கணமாக திகழுகிறது. நன்றி உணர்ச்சியின் உருவம் நாய். அது காட்டும் நட்பு, நம்பிக்கை, செயல்திறன், துப்பு துலக்கும் அறிவுத் திறன் மதிப்பிட இயலாதவை.

தன்மான உணர்ச்சிக்கு தக்கதோர் சான்று கவரிமான்.

தனக்கென வாழாமல் மனித இனத்துக்கு எல்லா வகையிலும் உழைத்து மாய்வது மாடு.

இப்படியே வரிசையாக யானை, குதிரை, ஒட்டகம், வன விலங்குகள், நரி, ரெயின்டீர் என்னும் மான், கங்காரு என்று ஆராய்ந்தோமானால் ஒவ்வொன்றும் ஒவ்வொரு விசேஷ சக்தியும், தன்மையும், உருவ அமைப்பும், இயற்கையை ஒட்டிய வாழ்வும் உணர்ச்சியும் அறிவுத் திறனும் செயலாற்றலும் கொண்டவை. பூனை உருக்கொண்ட **"ஸ்கங்கு"** என்னும் விலங்கு சிங்கத்தை விரட்டும் தனி சக்தி கொண்டது.

பொதுவாக விலங்குகள், பூச்சிகள், பறவைகள், நீர் வாழ்வன அனைத்துமே யுக்தி உடையனவாகவும், எச்சரிக்கை உடையவை களாகவும், அவற்றிற்குரிய நியதியை வாழ்வில் தவறாமல் கடைப் பிடிப்பனவாகவும், பலம் குறைந்த எதிரியை தாக்குவனவாகவும், பலம் மிகுந்த எதிரியிடமிருந்து தப்பும் திறன் பெற்றனவாகவும் விளங்கு வதைக் காணலாம்.

தேனீயின் செயலும், திறனும், வாழ்வும் அதன் சாதனையும் நம் சிந்தனையை விட்டு அகலுவதில்லை.

சிலந்தி விரிக்கும் வலை நம் எண்ணத்தை சிலிர்க்க வைக்கிறது.

முட்டையிடும் முன் தக்க இடத்தில் கூடு கட்டி, எதிரிகளிடமிருந்து பாதுகாத்து, குஞ்சு பொரித்து, குஞ்சுகளுக்கு தாய்ப் பறவை இறை தேடி வந்து ஊட்டும் பாச உணர்ச்சியின் பாங்கு நம் இதயத்தை நெகிழச் செய்கின்றது.

மனிதன் சுவாசிக்கும் காற்றை தூய்மைபடுத்தும் தாவரங்கள், கானகங்களாகி மழையை தருவிக்கின்ற தருக்களாக, மலர்களாக, காயாக, கனியாக, வண்ண நிறங்களாக, நறுமணமாக, சிந்தையை கிறங்க வைக்கும் இயற்கையின் எழிலாக, உணவாக, உடையாக மனிதனுக்குத் தேவையான அத்தனையும் காட்டுவனவாக, மருந்தாக மற்றும் அனைத்துமாக ஆகி உதவுவதை ஆன்மீகத்தின் மூலம் எண்ண வேண்டாமா? இப்படைப்புகள் உணர்ச்சியும் உதவும் தன்மையும், உயர் நோக்கமும், விசேஷ சக்தியும் கொண்டு உயிர் ஒன்றெனத் திகழ்பவை அல்லவா?

இத்தகைய ஜீவராசிகளிடம் நாம் நன்றி உணர்வுடனும், நேச பாவத்துடனும், நடந்துகொள்ளல் வேண்டும். மண்ணுயிரை தன்னுயிராகக் கருதி நடந்த வரலாற்று பெருமக்களை புரிந்துகொள்ள வேண்டும்.

பாலஸ்தீன மன்னன் சாலமன் எறும்புகளிடம் காட்டிய பரிவு, பாரி என்னும் தமிழக சிற்றரசன் படர்வதற்கு கொழுக்கொம்பு ஏதும் பக்கத்தில் இன்றி பரிதவித்த முல்லைக் கொடிக்கு, தனது தேரை அளித்த ஈகை, கொடிய வல்லூரிடமிருந்து தப்பி தன்னைச் சரணடைந்த புறாவைக்

காத்து சிபிச்சக்கரவர்த்தி செய்த தியாகம், தனது மைந்தன் ஓட்டிய தேரில் அடிபட்டு மாய்ந்த பசுங்கன்றின் பிரிவாற்றாமையால் அலறிய பசுவின் துயர்துடைக்க வழியின்றி, தானும் தனது மகனை இழந்து வருந்துதலை நீதி என ஓர்ந்து, தனது மகனை தேர்க்காலில் கிடத்திய மனுநீதிச் சோழன் ஆகியோர்களது செயல் உணர்ச்சியின் மூலக் கருத்தை ஆன்மீகம் சுவைப்பதை நாம் உணர்கிறோம்.

இயற்கையின் பேராற்றல் அடக்கத்தோடும் அளவுடனும் செயலாற்றுகிறது என்பதை புரிந்துகொள்ள வேண்டும். காற்று தன் கடமை தவறி அசையாது ஸ்தம்பித்தாலோ அல்லது புயலாய் சண்டாமாருதமாய் மாறினாலோ என்ன ஆகும்? இது போலவே மற்ற சக்திகள் முரண்பாடு அடைந்து நியதி வழுவி, கதிரவன் கனலானால், நீர் வற்றினால் அல்லது பிரளயமானால், கோள்கள் ஈர்ப்பு சக்தியை இழக்குமானால், பருவ நிலைகள் செயலாற்றல் இழந்தால் உலகம் அழிந்துவிடும் என்பதே கற்பனையின் முடிவு, அவ்வாறின்றி இறைவன் மனமுவந்து, மனிதப் பிறவிக்கு பெருமை கொடுத்து, எல்லாப் படைப்புகளும் மனிதனுக்கு உதவச் செய்து, உலோகங்கள், தாதுப்பொருள்கள். எண்ணை, நிலக்கரி, நவரத்தினங்கள் அனைத்தும் வழங்கி மின்சக்தியையும். காந்த சக்தியையும் ஏற்படுத்தி எல்லா வற்றிற்கும் மேலாக, ஐம்பொறிகளையும், அறிவையும், உணர்ச்சி களையும் கொடுத்து. மனிதன் தன் திறனால் யாவற்றையும் சத்யம் தவறாமல் பரிபாலித்து வாழ வகை செய்துள்ளதை எண்ணவேண்டும்.

எனவே, வாழ்வின் சகல அம்சங்களையும் மனிதன் கருத்திற் கொண்டு சாத்மீக வாழ்வை ஏற்று, "தான்" எனும் ஆணவம் நீங்கி, பொறாமை, தன்னலம், பேராசை போன்ற கொடிய எண்ணங்களுக்கு நாம் ஆளாகாமல், உருவாகவும், அருவாகவும், உயிராகவும், உணர்வாகவும், சகல சக்திகளாகவும் விளங்குகின்ற தேவனை எண்ணி சத்யம் தவறாமல் வாழவேண்டும். இதனை உலக மகா புருஷர்களான பரமஹம்சர், இரமணர், ஆச்சாரியர்கள், ஆழ்வாராதிகள், நாயன்மார்கள், வள்ளுவப் பெருந்தகை, நாம் கண்ட காந்தியடிகள் அனைவரும் வலியுறுத்தியுள்ளனர்.

இவ்வாறு வாழ்வதன் மூலம் இன்றைய சாசுவதமற்ற சமுதாய பிரச்சனைகள், அனைத்தும் நீங்கப்பெற்று அன்பு, அறம், அகிம்சை, நிறைவாழ்வு, அமைதி, ஆனந்தம் கூடிய வாழ்க்கை அமைய

நானூறு கோடி மக்களும், ஏனைய ஜீவராசிகளும் நல்வாழ்வு பெற ஏதுவாகும். இதற்கு "**ஆன்மீகம்**" துணைபுரியும். ஆன்மீகம் பரவ நாம் முயற்சிப்போம். இதற்கும் இறைவன் துணையிருந்து நல்லருள் பாலிக்க வேண்டுவோமாக!

பணிவுரை

மிகப் பெரிய உணர்ச்சி பூர்வமான ஆன்மீகம் என்ற விஷயத்தை, இறையருளாலும், பெரியோர்கள் அளித்த ஊக்கத்தாலும் எளியனான யான் முயற்சித்து எழுத துணிந்தேன். அனைவரும் படித்து பயனுற்றால் தன்யனாவேன்.

கரந்தை வை. சுந்தரம்

வளர்க ஆன்மீகம்! சத்யமேவ ஜெயம்!!

✳ ✳ ✳

கவிதாஞ்சலி

கரந்தைக் கவியரசே!

உற்றாரை உறவினரை மன்றத்தை மறந்தனையோ!

பறந்த பாரதி புகழ் பாடித்திரிந்த நீ பாரதியைக்காண ககனம்

செ்ன்றனையோ!

அன்புள்ளம்! அகங்களித்த நேசம்! பண்புமிகு பாசம்!

என்பும் பிறர்க்கு ஈயும் அரும் குணம் கொண்டோய்!

சுந்தரமாய் விளங்கியதால் உன்னைச் சுந்தரம் என்றனரோ!

நேசமிகு இல்லாள், பாசமிகு புத்திரர், பௌத்திரர்,

ஆசைமிகு அருமை உறவினர், நட்புமிகு நண்பர்கள்

அனைவரையும்அனாதைகளாக்கிஅமரர்உலகம்சென்றனையோ

தன்னிகரிலாத் தமிழ் உள்ளவரை, பார் புகழ் பாரதி உள்ளவரை

சொன்னிகரிலாச் செந்தமிழ்போல் சுகத்தில் உன் புகழ் வாழ்க!

கவிதையாக்கம்

இரா. சாம்பசிவம்

பாரதி ஆன்மீக இலக்கிய மன்றம்

நட்பு

நட்பு என்பது மிகவும் உன்னதமான உறவு. சிறந்த நட்பு வாழ்க்கையில் அனைவருக்கும் கிடைப்பது என்பது அரிது. சில சமயங்களில் நட்பு பூர்வ ஜென்ம தொடர்பாக கூட இருக்கலாம். சில சமயங்களில் நண்பர்கள் தியாகத்தில் பெற்றோர்களை விட மிஞ்சி விடுகிறார்கள். மிகவும் உயர்ந்த நட்பு என்பது தியாகம் என்ற சொல்லுக்கு இணையாகும்.

ரவி தன்னுடைய படிப்பை 12—ம் வரை படித்து விட்டு மேற்கொண்டு ஹிந்தி படிக்கலாம் என ஆசைப்பட்டான். ஆகவே திருவையாற்றில் உள்ள ஹிந்தி கற்றுக் கொடுக்கும் ஆசிரியரை மாலை நேரம் சந்திக்க சென்றான். ஹிந்தி ஆசிரியர் மாலை நேரம் இரண்டு மணி நேரம் விருப்பமுள்ள மாணவர்களுக்கு ஹிந்தி கற்றுக் கொடுத்து கொண்டிருந்தார். ரவி மாலை நேரம் ஹிந்தி ஆசிரியரை சந்திக்க சென்றான். அப்பொழுது ஹிந்தி வகுப்பு நடந்து கொண்டிருந்தது.

ரவி ஹிந்தி வகுப்பு வாசலில் மிகவும் தயக்கத்துடன் நின்று கொண்டிருந்தான் ஹிந்தி ஆசிரியர் ராமன் ரவியை பார்த்து கருணையுடன் உள்ளே வர சொல்லி விசாரித்தார். ரவியும் மிகவும் தயக்கத்துடன் தான் ஹிந்தி கற்றுக்கொள்ள ஆசைப்படுவதாகவும் ஆனால் நிறைய பீஸ் தர முடியாத நிலைமையில் இருப்பதாகவும் சொன்னான். ஹிந்தி ஆசிரியர் ராமன் அவர்கள் ரவியின் நிலைமையை புரிந்து கொண்டு முடிந்தவரை பீஸ் தர சொல்லிவிட்டு ரவியை நாளை முதல் ஹிந்தி வகுப்பில் சேர சொல்லி கருணையுடன் சொல்லி அனுப்பினார்.

ரவி மறுநாள் ஹிந்தி ஆசிரியர் சொன்னபடி ஹிந்தி கற்றுக்கொள்ள வகுப்பில் சேர்ந்தான். அங்கு ஏற்கனவே கிட்டத்தட்ட 15 மாணவர்கள், 5 மாணவிகள் இருந்தனர். ரவி மிகவும் தயக்கத்துடன் ஹிந்தி வகுப்பில் ஒரு மாணவன் பக்கத்தில் அமர்ந்தான். முதல் சந்திப்பில் ஒருவரை ஒருவர் பார்த்து அன்புடன் புன்சிரிப்பு சிரித்து கொண்டார்கள்.

ஹிந்தி வகுப்பு முடிந்தவுடன் அவரவர்கள் தங்கள் வீட்டிற்கு கிளம்பினார்கள். ஆனால் ரவியின் பக்கத்தில் அமர்ந்திருந்த மாணவர், ரவியை பார்த்து கை குலுக்கி தன் பெயர் பாண்டியன் என அறிமுகப்படுத்திக் கொண்டான். ரவியும் பாண்டியனிடம் தன்னை அறிமுகப்படுத்தி கொண்டான். பிறகு இருவரும் பிரிந்து அவரவர் வீட்டிற்கு சென்று விட்டனர்கள்.

மறுநாள் ஹிந்தி வகுப்பு ரவி சென்றபோது பாண்டியன் ரவியை தன் பக்கத்தில் வந்து அமருமாறு சைகை செய்து, ரவி அமர ஏற்பாடுகளும் செய்தான். ஹிந்தி வகுப்பு முடிந்தவுடன் வாசலில் ரவியும் பாண்டியனும் நின்று சற்று நேரம் பேசிக் கொண்டிருந்தனர். பிறகு இருவரும் சேர்ந்து அருகாமையில் உள்ள டீ கடை சென்று டீ அருந்தினர்கள். பாண்டியன் ஸ்டைலாக ஒரு சிகரெட்டையும் பற்ற வைத்தான். அது என்னவோ தெரியவில்லை பாண்டியன் பேசுவது ரவிக்கு மிகவும் பிடித்திருந்தது, அது போல் ரவி பேசுவது பாண்டியனுக்கு பிடித்திருந்தது.

பாண்டியன் ரவி இருவருக்கும் இடையே நாளுக்கு நாள் நட்பு மிகவும் ஆழமாக போய் கொண்டிருந்தது. இருவரும் தினம் தினம் டீ சாப்பிடுவது, பாண்டியன் ஸ்டைலாக சிகரெட் பிடிப்பது அனைத்து விஷயங்களையும் விஸ்தாரமாக பேசுவது நேரம் போவதே தெரியாமல் இருந்தது. இருவரும் வீட்டிற்கு மிகவும் லேட்டாக போக ஆரம்பித்த விட்டனர்கள். அவர்களுடைய நட்பு நகமும் சதையுமாக மலரும் வாசமாகவும் மிகவும் ஆழமாக இருந்தது.

பாண்டியன், ரவி நட்பு இரண்டு ஆண்டுகள் தொடர்ந்தது. இரண்டு ஆண்டுகள் கழிந்ததே தெரியவில்லை. இதற்கிடையில் ரவிக்கு டெல்லியில் வேலை கிடைத்துவிட்டது. இருவரும் பிரிய வேண்டிய சூழ்நிலை காலகட்டம் வந்துவிட்டது. பாண்டியனிடம் ரவி இது குறித்து சொன்னபோது எந்தவிதமான முகமாற்றமோ கவலையோ பாண்டியன் கொஞ்சம் கூட வெளிக்காட்டிக் கொள்ளவில்லை.

இரண்டு நாட்கள் கழிந்தது. பாண்டியன் எந்தவிதமான மன உளச்சலையும் ரவியிடம் காட்டிக் கொள்ளவில்லை. ஆனால் பாண்டியன் மூன்றாவது நாள் ரவியிடம் தனக்கும் டெல்லியில் தன்னுடைய உறவினர்கள் மூலம் வேலை கிடைத்துவிட்டதாகவும், ஆகவே ரவியுடன்

தானும் டெல்லி வருவதாகவும் சொன்னான். இதை கேள்விப்பட்டதும் ரவிக்கு அளவுக்கு அதிகமான சந்தோஷமாகவும், தன் நண்பன் தன் கூட இருப்பான் என ஆனந்தமாகவும் இருந்தது.

ரவி தன்னுடைய டெல்லி பிரயாண விவரத்தை பாண்டியனிடம் தெரிவித்தவுடன் பாண்டியனும் தனக்கும் சேர்த்து டெல்லி செல்ல டிக்கெட் போட சொல்லி ரவியிடம் பணமும் கொடுத்தான்.

ரவி இரவு ராக்போர்ட் எக்ஸ்பிரஸில் கிளம்பி சென்று மறுநாள் காலையில் சென்னைக்கு போய்விட்டு, அங்கு இரண்டு நாட்கள் உறவினர்கள் வீட்டில் தங்கி விட்டு பிறகு டெல்லி செல்வதாக சொன்னான். பாண்டியனும் அப்படியே தனக்கும் டிக்கெட் ஏற்பாடு செய்ய சொன்னான். ரவியும் அதுபடியே டிக்கெட்கள் ஏற்பாடு செய்து விட்டான்.

ரவியும், பாண்டியனும் திட்டமிட்டபடி சென்னை சென்று அடைந்தனர். இருவரும் இரண்டு நாட்கள் மிகவும் ஜாலியாக சென்னையை சுற்றினார்கள். இருவருக்கும் அவ்வளவு சந்தோஷம். ரவியும், பாண்டியனும் குறிப்பிட்ட நாளில் டெல்லி செல்ல G.T. எக்ஸ்பிரஸை பிடிக்க செண்ட்ரல் ரயில் நிலையம் சென்ற பொழுதுதான் அங்கு பயங்கர அதிர்ச்சி காத்திருந்தது. இருவரும் சென்னை செண்ட்ரல் ரயில் நிலையத்தை அடைந்தவுடன் போலீஸ் கப்பென்று பாண்டியனை பிடித்துக் கொண்டு விட்டார்கள். பாண்டியனுக்காக போலீஸ் அங்கு வலை விரித்து காத்திருந்தது. ஏன் பாண்டியனை போலீஸ் பிடிக்கிறார்கள் என்று ரவிக்கு முதலில் ஒன்றும் புரியவில்லை. பாண்டியனின் அப்பாவும் போலீஸ் உடன் நின்று கொண்டிருந்தார். விபரம் கேள்விபட்டவுடன் ரவி பாண்டியனை கட்டிக் கொண்டு அழுதான். பாண்டியனும் மிகவும் கண்ணீர் விட்டான்.

உண்மை என்னவென்றால் ரவியை விட்டு பிரிய மனமில்லாமல் பாண்டியன் வீட்டில் சொல்லாமலேயே ரவியுடன் டெல்லி செல்ல கிளம்பிவிட்டான். பாண்டியனின் அப்பா பாண்டியனை எல்லா இடமும் தேடிவிட்டு கடைசியாக போலீஸில் புகார் கொடுத்தார். போலீஸ் விசாரணையில் ரவி பாண்டியனின் நெருங்கிய நண்பன் எனவும் ரவி குறிப்பிட்ட நாளில் டெல்லி செல்ல இருப்பதாகவும் போலீஸுக்கு தகவல் தெரிய வந்தது.

உடனே சென்னை போலீஸை அலர்ட் செய்து பாண்டியனை சென்னை சென்ட்ரல் ரயில் நிலையத்தில் பிடித்து விட்டனர். இருவரும் அழுது கொண்டே பிரியும் படி நிலைமை ஆகிவிட்டது. பிறகு பாண்டியனை அவன் அப்பா வீட்டிற்கு திருவையாறு அழைத்துக் கொண்டு போய்விட்டார். ரவி டெல்லி சென்று வேலையில் சேர்ந்து விட்டான். ரவிக்கு மாத சம்பளம் ரூ. 300/- இது குறித்து பாண்டியனுக்கு ரவி கடிதம் எழுதினான். பாண்டியன் கடிதத்தை படித்துவிட்டு, இந்த ரூ. 300/- சம்பளத்திற்காக என்னை விட்டு பிரிந்து சென்றாய் என ரவிக்கு பதில் கடிதம் போட்டான்.

அந்த அழுத்தம் ரவியால் தாங்க முடியவில்லை. இந்த நட்பை என்னவென்று சொல்வது. நட்பு என்னும் சொல்லுக்கு இலக்கணமாகி விட்டது.

பஞ்சு மிட்டாய்

அழகான மாலை பொழுது. வெயில் தன்னுடைய தாக்கத்தை குறைத்து கொண்டு வந்தது. காற்றின் குளிர்ச்சி கொஞ்சம் கொஞ்சமாக அதிகரித்துக் கொண்டு வந்தது. மோகன் இந்த தருணத்தில் வீட்டை விட்டு சற்று வெளியில் போகலாம் என்று கிளம்பினான். காலையிலிருந்து வீட்டில் அடைந்து கிடப்பது மோகனுக்கு மன சோர்வாக இருந்தது. மோகன் ஓய்வுபெற்ற வங்கி அதிகாரி. தனக்கு வரும் பென்ஷனில் தன்னுடைய காலத்தை கடத்திக் கொண்டு வந்தார். மோகனுக்கு கனிசமான அளவுக்கு பென்ஷன் வந்து கொண்டிருந்தது.

மோகன் ஓய்வுபெற்ற பிறகு ஒரு வேலையும் இல்லை. தினமும் வீட்டில் சாப்பிடுவது, தூங்குவது, சற்று நேரம் தொலைகாட்சி பார்ப்பது இதுதான் அவருடைய தினசரி வேலையாக போய் விட்டது. ஆகவே அந்த மாலை நேரத்தில் மலைக் கோட்டை பிள்ளையார் கோவில் வரை சற்று நடந்து செல்லலாம் என நினைத்து மோகன் வீட்டை விட்டு கிளம்பினார். மோகனுக்கு சற்று மன உளச்சலாகவும் இருந்தது.

மோகன் தெப்பக்குளம் அருகில் வரும்போது அங்குள்ள சாலை ஓர மார்க்கெட் களை கட்டி இருந்தது. போக்குவரத்து நெரிசலும் சற்று அதிகமாக இருந்தது. சாலை ஓரத்தில் பழைய சாக்கு துணிமேல் போட்டு விற்கும் காய்கறிகள், தள்ளு வண்டியில் வைத்து விற்கும் பழங்கள் பார்ப்பதற்கு ரம்யமாக இருந்தது.

சில பிச்சைக்காரர்கள் பிச்சை கேட்டு கொண்டே மோகனை வெகுதூரம் துரத்திக் கொண்டே வந்தனர்கள். சில கடைக்காரர்கள் அழகு அழகாக பாவடை துணிகள், தைத்த ரவிக்கைகள், நைட்டிக்களை அடுக்கி அங்கு நடந்து போய்க் கொன்டிருக்கும் மக்களை குறிப்பாக பெண்களை மிகவும் ஈர்க்கும் வகையில் கூவிக் கொண்டிருந்தனர். ஒரு சில பேர் பெல்ட், கை கடிகாரங்களை சுமந்து கொண்டு மிகவும் மலிவு விலையில் கொடுப்பது போல் கூவிக் கொண்டு யாராவது இதை வாங்க அகபடுவார்களா என முழு முயற்சியில் தேடி கொண்டிருந்தனர். சில

ஆட்டோ டிரைவர்கள் மிகவும் பரிதாபமாக அன்று முழுவதும் சவாரி கிடைக்காமல் ஏங்கி கொண்டு ஆட்டோவில் தன் விதியை நினைத்து கொண்டு வருத்தத்துடன் அமர்ந்து இருந்தனர்கள்.

மோகன் அப்படியே எல்லாவற்றையும் ரசித்து கொண்டே சின்ன கடைவீதி பக்கம் வந்தான் சின்னக்கடை வீதியில் இருக்கும் ஒவ்வொரு கடையின் விளக்குகள் தன் ஒளியை வீசிக் கொண்டு மிளிர துவங்கியது.

மோகன் சின்னகடை வீதி பக்கம் வரும்பொழுது ஒருவர் மிக நீள குச்சியில் பஞ்சு மிட்டாய் விற்பனையில் ஈடுபட்டு அங்கும் இங்குமாக நடந்து கொடுத்துக் கொண்டு பஞ்சு மிட்டாயை விற்க முயற்சி செய்து கொண்டிருந்தார். அவர் அந்த பஞ்சு மிட்டாயை விற்று அதில் லாபம் ஈட்டி தன் குடும்பத்தை காப்பாற்ற வேண்டிய மிகவும் சிரமமான நிலையில் இருந்தார்.

பஞ்சு மிட்டாய் பார்ப்பதற்கு மிகவும் பெரிதாக ரோஸ் கலரில் அழகாக இருந்தது. மோகன் ஒரு நிமிடம் சற்று நின்று பஞ்சு மிட்டாய்களை பார்த்தான். மோகன் இதற்கு முன்னால் எத்தனையோ தடவை பஞ்சு மிட்டாய்களை பார்த்திருக்கான். ஆனால் அன்று மட்டும் அந்த பஞ்சு மிட்டாய்களை பார்க்கும் பொழுது மோகன் ஒரு வித்தியாசத்தை உணர்ந்தான் பஞ்சு மிட்டாய்கள் பார்ப்பதற்குதான் பெரிதாக தெரியுமோ தவிர அதை வாயில் போட்டால் ஒரு செகண்டில் கரைந்து போய்விடும், வாயில் போடும் பொழுது சற்று இனிப்பு சுவை தெரியுமே தவிர மற்றபடி எதுவுமே தெரியாது. பஞ்சு மிட்டாயை கையில் பிடித்து அழுக்கினால் சப்பையாக போய் ஒன்றுமே இல்லாதது போல் ஆகிவிடும். பஞ்சு மிட்டாய் சாப்பிட்டால் வயிறும் நிறையாது, சாப்பிட்ட மனநிறைவும் ஏற்படாது. பஞ்சுமிட்டாய் அதற்குள்ள தனி தன்மையான குணங்களை கொண்டது.

மோகன் எத்தனை தடவையோ பார்த்த போதிலும் அன்று அவனுக்கு ஏற்பட்ட மனபாதிப்பு குறிப்பிடத்தக்கது. மோகனுக்கு தன் தந்தையார் அடிக்கடி காட்டும் மேற்கோள் "கூட்டினேன், கழித்தேன் ஆனால் விடை ஜீரோ" என்பது நினைவிற்கு வந்தது. மோகன் அந்த பஞ்சு மிட்டாயை பார்த்த பிறகு தன்னில் ஒரு வித்தியாசத்தை உணர்ந்தான். மோகன் அந்த வித்தியாசத்தை மனதளவில் உணர்ந்த போது, அவன் வாழ்க்கைக்கும், இந்த பஞ்சு மிட்டாய்க்கும் ஒரு வித்தியாசமும் இல்லை என்பதை உணர்ந்து வேதனை அடைந்தான்.

மோகனுக்கு திடீரென்று ஏன் அந்த உணர்வு ஏற்பட்டது, எப்படி அந்த உணர்வு ஏற்பட்டது என்று புரியவில்லை. மோகனுக்கு அழகான குடும்பம் இருந்தது. மோகன் வங்கியில் அதிகாரியாக வேலை பார்த்து வந்தார். மோகனுக்கு நல்ல இடத்தில் கல்யாணம் ஆகி இரண்டு மணியான பெண் குழந்தைகள், அப்பா அம்மா நல்ல திடகாத்திரமாக இருந்தனர்.

காலம் மெல்ல மெல்ல கடந்து கொண்டிருந்தது. காலம் என்ற பெரிய கொடிய வெள்ள பெருக்கில் மோகன் தாய், தந்தையாரை இழந்தார். மனித இறப்பு என்பது காலத்தின் விதி. அதை யாராலும் வெல்ல முடியாது. பெற்றோர்களுக்கு வயதாகி விட்டது, இன்னும் இந்த பூமியில் இருந்து அவர்கள் கஷ்ட படுவதை விட உடல் உபாதை இல்லாமல் மிகவும் சிரமப்படாமல் இந்த பூமியிலிருந்து மறைந்ததை நினைத்து தனக்குத்தானே ஆறுதல் சொல்லி மனதை தேற்றிக் கொண்டார்.

மோகன் தன் இரண்டு பெண் குழந்தைகளையும் மேலும் மேலும் தன் சக்திக்கு மீறி படிக்க வைத்து, அவர்கள் படிப்பிற்கு ஏற்றார் போல் நல்ல மாப்பிள்ளையாக பார்க்க வேண்டிய கட்டாயம் ஆகிவிட்டது. மோகன் இரண்டு பெண் குழந்தைகளையும் மிகவும் நல்ல இடத்தில் சிறப்பாக திருமணம் செய்து வைத்தார்.

காலப்போக்கில் மோகனுடைய மாப்பிள்ளை, பெண்கள் வெளிநாட்டில் சென்று அங்கேயே செட்டில் ஆகிவிட்டார்கள். மோகனுடைய பெண் குழந்தைகள் நன்றாக படித்து இருந்ததால், வெளிநாட்டிலேயே வேலையும் கிடைத்து இதற்கிடையில் குழந்தை குட்டிகள் உண்டாகி அங்கேயே நிரந்தரமாக தங்கி விட்டார்கள். வெளிநாட்டில் வேலை பார்ப்பதால் லீவு கிடைப்பதில்லை. ஆகவே மோகனையும், அம்மாவையும் பார்க்க ஒரிரு வருடங்களில் ஒருமுறை வந்து பார்ப்பார்கள். இரண்டு பெண் குழந்தைகளும் அப்பா, அம்மாவை பார்க்க வருவது போல் இருக்காது, அவர்களின் மன மாற்றத்திற்கு வருவது போல் இருக்கும்.

மோகனும், அவன் மனைவியும் வெளிநாட்டில் தன் மகள்களுடன் தங்க போனாலும், தன் வீட்டு சுதந்திரம் அவர்களுக்கு அங்கு கிடைக்காது. அவர்கள் சொல்படிதான் கேட்டு நடக்க வேண்டியிருக்கும். மோகனும் அவன் மனைவியும் தன் பெண்கள் வீட்டில் இருக்க வேண்டும் என்றால், தங்கள் சுய மரியாதையை விட்டுக் கொடுத்து தான் இருக்க வேண்டும்.

தன் சுயமரியாதையை விட்டுக் கொடுப்பதில் மோகனுக்கு துளி கூட இஷ்டமில்லை. அதற்கு பதில் பிச்சை சோறு வாங்கி சாப்பிடுவது தேவலை என மோகன் எண்ணினார்.

காலத்தின் வெள்ளத்தில் மோகனுடைய மனைவியும் இயற்கை எய்தினாள். தற்போது மோகன் இந்த உலகத்தில் தனியாக விடப்பட்டார். ஆகவே பஞ்சு மிட்டாயை பார்த்து பெருமூச்சு விட்டார். தன்னுடைய குடும்பம் பஞ்சுமிட்டாயை போல் எவ்வளவு பெரிதாக இருந்தது. இப்பொழுது யாரும் இல்லாமல் பஞ்சுமிட்டாய் சுருங்கியதை போல் உணர்ந்து வேதனை பட்டார்.

இந்த காலத்தில் யார் இருந்து என்ன பயன்? இரண்டு பெண் குழந்தைகளையும் ஆசை ஆசையாக படிக்க வைத்து, சிறப்பாக திருமணம் முடித்தார். அவருடைய ஆசை, கனவு, பாசம் எல்லாம் பஞ்சுமிட்டாய் வாயில் போட்டதும் கரைவது போல் கரைந்து விட்டது. மிகுந்த வேதனைக்குப் பிறகு மோகன் தன்னைத்தானே தேற்றிக்கொண்டு, மலைக்கோட்டை பிள்ளையாரை தரிசனம் செய்துவிட்டு வீடு திரும்பினார் ஆனால் மன அமைதி கிடைக்கவில்லை. இரவு வீடு திரும்பியதும் பாதி வயிறு சாப்பிட்டு விட்டு, தன்னுடைய முடிவை விரைவில் எதிர் நோக்கியும் உறங்க சென்றார்.

மோகனுடைய வாழ்க்கையும் பஞ்சுமிட்டாயும் எந்த விதத்திலும் வித்தியாசம் இல்லை என்பதை மோகன் உணர்ந்தார். இதுதான் இயற்கையின் விதி இதை யாராலும் வெல்லவும் முடியாது, மாற்றவும் முடியாது. மோகனுக்கு கணிசமான பென்ஷன் வருவதால் பண கஷ்டம் கிடையாது. ஆனால் மோகன் வாழ்க்கையில் மீண்டும் பழைய சந்தோஷமும் வாழ்க்கையும் கிடைக்குமா? விடை தெரியவில்லை.